எம்.கே. தியாகராஜ பாகவதர்

ஜெ. ராம்கி

சிக்ஸ்த்சென்ஸ்
பப்ளிகேஷன்ஸ்

10/2 (8/2) போலீஸ் குவார்ட்டர்ஸ் சாலை
(தியாகராயநகர் பேருந்து நிலையத்திற்கும்
காவல் நிலையத்திற்கும் இடைப்பட்ட சாலை)
தியாகராயநகர், சென்னை – 600 017
தொலைபேசி : 24342771, 65279654
கைபேசி : **7200050073**

Title: **M.K. Thiyagaraja Bagavadhar**

Author: **J. Ramki**

Address:
Vanavil Puthakalayam
10/2(8/2) Police Quarters Road (1st Floor),
(Between Thiyagaraya Nagar Bus Stop & Police Station)
Thiyagaraya Nagar, Chennai - 17
Phone: 24342771, 29860070
Cell: **72**000 **50**0**73**

Vanavil Puthakalayam
6 th sense_karthi
e-mail : vanavilputhakalayam@gmail.com
Website: www.sixthsensepublications.com

Edition:
First : February, 2015
Second : December, 2018
Pages : 136
Price : Rs. 199

© J. Ramki

Publisher : **P. Karthikeyan**
Editor : **R. Muthukumar**
Managing Editor : **P. Karthikeyan**
Layout : **S. Kathiravan**

தலைப்பு	:	எம்.கே. தியாகராஜ பாகவதர்
நூலாசிரியர்	:	ஜெ. ராம்கி
பக்கங்கள்	:	136
விலை	:	**ரூ.199**
உரிமை	:	© ஜெ. ராம்கி
முதற்பதிப்பு	:	பிப்ரவரி, 2015
இரண்டாம் பதிப்பு	:	டிசம்பர், 2018

வானவில் புத்தகாலயம்
10/2 (8/2) போலீஸ் குவார்ட்டர்ஸ் சாலை
(தியாகராயநகர் பேருந்து நிலையத்திற்கும் காவல் நிலையத்திற்கும் இடைப்பட்ட சாலை)
தியாகராயநகர், சென்னை – 600 017
தொலைபேசி : 24342771, 29860070
கைபேசி: **72**000 **50**0**73**
மின்னஞ்சல்:vanavilputhakalayam@gmail.com

இந்தப் புத்தகத்திலுள்ள எந்த ஒரு பகுதியையும் பதிப்பாளர் மற்றும் எழுத்தாளர் அனுமதியை எழுத்து மூலம் பெறாமல் பதிப்பிக்கக் கூடாது.

No part of this book may be reproduced or transmitted in any form without permission in writing from the author or publisher

நீங்கள் Smart Phone உபயோகிப்பவராக இருந்தால் QR Code Reader Application மூலம் இதை Scan செய்தால் நேரடியாக எமது இணையதளத்திற்குச் சென்று மேலும் எங்கள் வெளியீடுகள் பற்றிய விவரங்களைப் பெறலாம்

A2 ISBN : 978-93-82578-73-4

சமர்ப்பணம்

முன்னுரை

உள்ளே...

01.	மக்கள் நாயகன்!	...	9
02.	கிட்டப்பாவின் ரசிகன்	...	13
03.	உய்யகொண்டான்	...	17
04.	நாடகம் அழைக்கிறது!	...	21
05.	அரங்கேற்றம்	...	27
06.	முதல் சம்பளம்	...	33
07.	பாகவதர் கிராப்	...	39
08.	இலங்கையில் இழந்த உயிர்	...	44
09.	திரைப்பிரவேசம்	...	53
10.	ராதே உனக்குக் கோபம் ஆகாதடி...	...	61
11.	பாகவதரை உதை!	...	71
12.	சின்னப்பா நண் பாகவதர்	...	78
13.	தமிழிசை வேந்தர்	...	82
14.	ஆஸ்தான வித்வான்	...	87
15.	மன்மத லீலையை...	...	96
16.	லட்சுமிகாந்த க(ா)ண்டம்	...	102
17.	விடுதலை	...	117
18.	புதுவாழ்வு?	...	123
19.	அமரகவி!	...	130

1. மக்கள் நாயகன்!

மக்கள் நாயகன்!

இளம் பெண்கள் இருந்தனர். மணமான பெண்கள் இருந்தனர். ஓரிரு வயதான பெண்களும் நின்று கொண்டிருந்தனர். அந்த இரவு நேரத்தில் சிறுமிகள்கூட காத்துக் கொண்டிருந்தனர். எல்லோருக்கும் ஒற்றை நோக்கம்தான். அவரை நேரில் ஒருமுறை பார்த்துவிட வேண்டும். அல்ல, அல்ல, தரிசனம் செய்துவிட வேண்டும்.

'சித்த நேரத்துல கச்சேரி முடிஞ்சிடும். அவர் இப்படித் தான் வெளிய வருவார். கண்டிப்பா பார்த்துடலாம்.'

'போனமுறையும் இப்படித்தான்டி சொன்னே. ஆனா கூட்டத்துல முண்டியடிச்சுண்டு போறதுக்குள்ள அவர் போயிட்டார். இந்த வாட்டியும் அப்படி ஆயிடுத்துன்னா நேக்கு கெட்ட கோபம் வரும்...'

'அந்தக் கவர்ச்சியான கிராப், கவர்ந்திழுக்கும் கண்கள், மந்தகாசப் புன்னகை... அட, அட... இன்னிக்கு அவரை நேர்ல பார்க்க முடியலேன்னா, நான் வீட்டுக்கே வர மாட்டேன்...'

அவரது திரைப்படங்களைப் பார்த்து பெண்கள் எல்லோரும் மயங்கிக் கிடந்தனர். ஆண்கள் எல்லோரும் அவரது குரலில், பாடல்களில் மயங்கிக் கிடந்தனர்.

அது 1944, டிசம்பர் 27. இரவு எட்டரை மணி இருக்கும். சென்னை அரண்மனைக்காரத் தெருவிலிருக்கும் செயின்ட் மேரீஸ் ஹாலுக்கு வெளியேதான் அத்தனை பெரிய கூட்டம். ரசிகக்கண்மணிகளின் திரள். உள்ளே தமிழிசைச் சங்கத்தின் சார்பில் இசைக் கச்சேரி நடந்து கொண்டிருந்தது. உள்ளேயும் எக்கச்சக்கக் கூட்டம்.

வழக்கத்தைவிட அதிகமாக போலீஸ்காரர்களும் குவிக்கப்பட்டிருந் தனர். எப்போதும் பாதுகாப்புக்காக வரும் காவல்துறை இந்த முறை வேறொரு காரியத்துக்காக வந்திருந்தது. கச்சேரி முடியட்டும் என்று காவல் துறையினர் காத்திருந்தனர்.

கச்சேரி முடிந்தது. கூட்டத்தில் சலசலப்பு. எல்லோருடைய கண்களும் அவரைத் தேடின.

'அதோ பார், வந்துட்டிருக்கார்.'

பொன்னிற சட்டை, கழுத்தைச் சுற்றி ஜொலிக்கும் சரிகை, காதில் மின்னும் வைரக்கடுக்கன், கையில் வைர மோதிரம், நெற்றியில் அழகான ஜவ்வாது பொட்டு சகிதம் வெற்றிலையை மென்றவாறே விடுவிடுவென்று நடந்து வந்து கொண்டிருந்தார் பாகவதர். ஆம். எம். கே. தியாகராஜ பாகவதர். தமிழ்த்திரை வானின் தவிர்க்க முடியாத வெற்றி நட்சத்திரம்.

கச்சேரி முடிந்து ஹாலில் இருந்து வெளியேறும் மொத்தக் கூட்டமும் பாகவதர் பின்னாலேயே ஓடி வர, தெருவில் காத் திருக்கும் கூட்டமும் பாகவதரை ஒருமுறையாவது பார்க்கவேண்டும் என்கிற ஆர்வத்தில் முண்டியடித்து உள்ளே வர, செயின்ட் மேரீஸ் ஹால் வாசலில் ஒரே தள்ளுமுள்ளு.

கூட்டத்தை விலக்கிவிட்டு பாகவதரை நோக்கி முன்னேறியது போலீஸ். நெருங்கி வந்த அந்த இன்ஸ்பெக்டர், பாகவதரின் முன் சென்று நின்றார்.

'ஸாரி ஸார்! யூ ஆர் அண்டர் அரெஸ்ட்!'

பாகவதர் முகத்தில் லேசான அதிர்ச்சி. ஆனால் எதிர்ப்பு எதையும் காட்டாமல் போலீஸாரோடு கிளம்பிச் சென்றார். கூடியிருந்த மக்களின் முகங்களில் ஏகப்பட்ட குழப்ப ரேகைகள். தங்கள் கனவு

நாயகனைப் போலீஸ் கைது செய்துகொண்டு போவதைப் பார்த்த பெண்கள், வாயடைத்துப் போயினர்.

மறுநாள் தமிழ்நாட்டின் எல்லா நாளிதழ்களிலும் தலைப்புச் செய்தி அதுதான்.

'பத்திரிகையாளர் லட்சுமிகாந்தன் கொலை வழக்கில் பிரபல சினிமா நடிகர் தியாகராஜ பாகவதர் கைது.'

செய்தியைப் பார்த்து தமிழ்நாடே பதறிப் போனது உண்மைதான்.

அதேநாள். சென்னை ராயல் டாக்கீஸ். தமிழ் சினிமாவில் அதுவரை ஏற்படுத்தப்பட்ட சாதனைகளையெல்லாம் பின்னாளில் ஒவ்வொன்றாக முறியடித்த ஹரிதாஸ் படத்துக்கு அன்றைக்கு வெற்றிகரமான 72-வது நாள்.

அன்றைய செய்தியைப் பார்த்தபின் தியேட்டர்களில் கூட்டம் அலைமோதியது. 'நம்ம பாகவதரா இப்படி? அதெல்லாம் இருக்காது!' - எங்கெங்கும் இதே பேச்சுதான்.

தமிழ் சினிமாவின் உச்ச நட்சத்திரமாக இருந்த எம்.கே. தியாகராஜ பாகவதர் ஒரு கிரிமினல் வழக்கில் கைது செய்யப்பட்டார் என்கிற செய்தி, சினிமா உலகத்துக்கு மட்டுமல்லாமல் ஒட்டு மொத்த தமிழகத்துக்குமே அதிர்ச்சிதான்.

சினிமாவிலும் நிஜத்திலும் பெண்களின் தூக்கத்தைக் கெடுத்து, மென்மையான ஹீரோவாக உலா வந்த ஒருவரிடமிருந்து வெளிப்பட்ட வில்லன் முகத்தை யாராலும் நம்பமுடியவில்லை. தனிப்பட்ட வாழ்க்கையிலும் பாகவதர் கோபப்பட்டே பார்த்திராதவர்களுக்கு ஒரு நபரின் கொலைக்குப் பின்னணியில் இருந்தார் என்பதையே ஜீரணிக்க முடியவில்லை.

★

மாயவரம் கிருஷ்ணமூர்த்தி தியாகராஜ பாகவதர்தான் தமிழ்நாட்டின் முதல் மக்கள் நாயகன். சாஸ்திரிய சங்கீதத்தை சாமானிய மக்களுக்கும் எளிமையாகப் புரிய வைத்தவர். தமிழ் சினிமா பேசத் தொடங்கிய காலத்திலேயே மக்கள் மனத்தில் சம்மணமிட்டு அமர்ந்த சரித்திர நாயகன்.

தனது பாட்டுத் திறமையால் மேடைக் கச்சேரிகளில் விறுவிறு வென்று முன்னேற்றத்தைத் தொடங்கியவர், நாடக மேடைக்குச்

சென்றார். அதே வேகத்தில் வெள்ளித்திரைக்கும் வந்து பல வெற்றிகளைக் குவித்தார். வசூல் சக்கரவர்த்தியாகவே விளங்கினார்.

கிடுகிடுவென்று புகழின் உச்சிக்குச் சென்று, அதே வேகத்தில் சரிவின் அதளபாதாளத்தில் விழுந்தவர். பாகவதர் மறைந்து ஐம்பது ஆண்டுகளைக் கடந்துவிட்டாலும், அவர் தொடர்பான சொலவடை மட்டும் இன்றும் வாழ்கிறது.

'பாகவதர் போல் வாழ்ந்தவரும் இல்லை; அவரைப் போல் வீழ்ந்தவரும் இல்லை.' ★

2. கிட்டப்பாவின் ரசிகன்!

சலசலவென்று இரண்டு கரைகளையும் தொட்டுக் கொண்டு ஓடும் காவிரி. துலாக்கட்டத்தைத் தாண்டி, கரையை ஒட்டிய மேடான இடத்தில் நீண்டு கொண்டே போகும் செம்மண் சாலை. அதை ஒட்டிய பகுதிகளில் வரிசையாக மரச்சட்டங்களாலான கதவுகளைக் கொண்ட ஓட்டு வீடுகள்.

வாசல் குறுகலாக இருந்தாலும், நீண்டு விரிந்து நிற்கும் வீடுகளைப் பார்க்கும்போதே குடும்பத் தலைவரின் தொழில் தெரிந்துவிடும். அப்படியொரு வீட்டில்தான் கிருஷ்ணமூர்த்தியின் குடும்பம் குடியிருந்தது.

கிருஷ்ணமூர்த்தியின் குலம் விஸ்வர்கர்மா, நகைத் தொழில் செய்பவர்கள். பத்தர்கள் என்றும் சொல் வார்கள். மாயவரத்தில் ஷராப்பு கடை கிருஷ்ணமூர்த்தி என்று சொன்னால்தான் நிறைய பேருக்கு தெரியும். நகைக்கடையில் கணக்கு, வழக்கு பார்த்துக்கொள் பவரைத்தான் ஷராப்பு என்பார்கள்.

ஜெ. ராம்கி

1910, மார்ச் 1. மயிலாடுதுறை. கிருஷ்ணமூர்த்திக்கு அன்று மகிழ்ச்சிகரமான நாள். மனைவி மாணிக்கத்தம்மாளுக்கு குட்டி மாணிக்கமாக ஓர் ஆண் குழந்தை பிறந்திருந்தது. சுகப்பிரசவம்தான். தாயும் சேயும் பரிபூரண நலம்.

செக்கச் செவேலென்று பிறந்த குழந்தையை அப்படியே அள்ளிக் கொண்டார்கள் குடும்பத்தினர். பெயர் 'ட்டும் படலம் ஆரம்பமானது. தஞ்சை மாவட்டத்துக்காரர்கள் பெயர் வைப்பதற்கு அதிகம் சிரமப்படுவதில்லை. சிதம்பரநாதன், ராஜகோபால், வைத்தியநாதன், தியாகராஜன் என்ற பெயர்களில் தெருவுக்குப் பத்து பேர் இருப்பர். கிருஷ்ணமூர்த்தி தனது குழந்தைக்கு 'தியாகராஜன்' என்றே பெயரிட்டார்.

பெயருக்கு ஏற்றபடியே சங்கீத வாசனையோடுதான் தியாகராஜன் வளர்ந்தார். கிருஷ்ணமூர்த்திக்கு நகைகளுக்கு நகாசு செய்யும் வேலையைத் தவிர வேறு ஒன்றும் தெரியாது. பரம்பரை பரம்பரையாக ஏழையாகவே வாழ்ந்து வந்த குடும்பம்.

தியாகராஜன் பிறந்தபிறகு வீட்டில் குழந்தைச் சத்தம் வரிசையாகக் கேட்டுக்கொண்டே இருந்தது. கிருஷ்ணமூர்த்திக்கு மூன்று ஆண் பிள்ளைகள். மூன்று பெண் பிள்ளைகள். மூத்த பிள்ளைதான் தியாகராஜன்.

ஆண்டுதோறும் பெரிதாகி வந்த குடும்பத்தினால் பொருளாதார நிலைமை மோசமாகவே இருந்தது. கிருஷ்ணமூர்த்திக்கு நாள் முழுக்க வேலை செய்தாலும் கிடைத்தது என்னவோ இரண்டு ரூபாய் கூலிதான்.

நகை செய்ய ஆர்டர் தந்துவிட்டு, யாரும் டெலிவரி எடுக்காவிட்டால் கிருஷ்ணமூர்த்தியின் நிலைமை கஷ்டம்தான். புது நகையை கூலிக்காக அடகுவைத்து, இரண்டு ரூபாய் வாங்கிக் கொண்டு வந்து மனைவியிடம் கொடுப்பார். அந்த இரண்டு ரூபாய் கடைக்குப் போய் மளிகை சாமான்களாக திரும்பி வந்த பின்னர்தான் வீட்டில் சமையல் வேலையே ஆரம்பமாகும். அப்படியொரு கஷ்ட ஜீவனம். அடுத்த நாள் ஆர்டர் கொடுத்த வாடிக்கையாளர் நகையை வாங்கிக்கொள்ள அடகு கடைக்குத்தான் போயாகவேண்டும்.

கிருஷ்ணமூர்த்தியால் குடும்ப நிலைமையைச் சமாளிக்க முடியவில்லை. அன்றாடச் செலவுகள் பயமுறுத்தின. இதில் குழந்தைகளைப் பள்ளிக்கூடத்துக்கு அனுப்பி, படிக்க வைப்பதை பற்றி

யெல்லாம் அவர் நினைக்கவேயில்லை. உதவிக்கு ஓடிவர உறவினர்கள், நண்பர்கள் என்று மாயவரத்தில் யாரும் இல்லை. வேறு வழியின்றி குடும்பம் தஞ்சாவூருக்கு இடம்பெயர்ந்தது. தியாகராஜனின் அம்மா மாணிக்கத்தம்மாளுக்கு தஞ்சாவூர்தான் சொந்த ஊர். கொஞ்ச நாள்கள் தஞ்சாவூரில் இருந்துவிட்டு திருச்சிக்கு இடம்பெயர்ந்தார்கள்.

மாணிக்கத்தம்மாளின் தந்தை முத்துவேல் ஆசாரிக்கு திருச்சி பாலக்கரையில் ஒரு சின்ன ஓட்டு வீடு உண்டு. கிருஷ்ணமூர்த்திக்கும் பாலக்கரையிலேயே நகைகளுக்கு நகாசு செய்யும் வேலை கிடைத்தது. ஒட்டுமொத்த குடும்பமும் பாலக்கரைக்கே இடம் பெயர்ந்தது.

பாலக்கரையில் இருந்த அந்த சின்ன ஓட்டு வீடுதான் அந்தக் குடும்பத்துக்கு இருந்த ஒரே சொத்து.

கிருஷ்ணமூர்த்திக்குத் தன்னுடைய மூத்த பிள்ளையாவது நல்லபடியாகப் படித்து, பெரியவனாகி குடும்பத்தைக் கவனித்துக் கொள்ளவேண்டும் என்று ஆசை. அதே சமயம், குலத்தொழிலான நகைத்தொழிலையும் கற்று, அதிலும் தேர்ச்சி பெற்றால் அன்றாட ஜீவனத்துக்கு வசதியாக இருக்கும் என்றும் நினைத்தார்.

பாலக்கரையில் இருக்கும் ஜப மாலை மாதா கோயில் பள்ளியில் தான் தியாகராஜனின் பள்ளிப்படிப்பு ஆரம்பமானது. அப்பாதுரை என்பவர்தான் தியாகராஜனின் முதல் வாத்தியார். பள்ளிக்கூடம் முடிந்ததும் தந்தையுடன் நகைக்கடையில் உட்கார்ந்து நகைகளுக்கு நகாசு செய்தாகவேண்டும். கிருஷ்ணமூர்த்தி இல்லாத நேரத்தில் கடையைக் கவனித்துக்கொள்ள வேண்டியதும் தியாகராஜனின் பொறுப்புதான்.

சின்ன வயதிலேயே தியாகராஜனுக்கு சங்கீதத்தில் கேள்வி ஞானம் அதிகம். நாடக உலகத்தைக் கலக்கிக்கொண்டிருந்த எஸ்.ஜி. கிட்டப்பாவின் பாதிப்பு இளைய தலைமுறையிடம் நிறைய இருந்தது. கிட்டப்பாவின் பாடல்களை சதா முணுமுணுத்துக்கொண்டே இருப்பது எல்லோருக்கும் பிடித்தமான விஷயம். தியாகராஜனும், கிட்டப்பாவின் பெரிய ரசிகன். கிட்டப்பாவின் நாடகம் அக்கம் பக்கத்தில் நடந்தால் முதல் ஆளாக ஓடிப்போய் நிற்பது தியாகராஜன்தான்.

பாட்டுதான் தியாகராஜனுக்கு நெருங்கிய துணை. தனிமையில் இருக்கும்போது கிட்டப்பாவின் பாடல்களை அடிக்கடி பாடிக்

கொண்டே இருப்பான். தேவாரம், திருவாசகம் பாடுவதிலும் தியாகராஜனுக்கு ஆர்வம் இருந்தது. சுற்றி என்ன நடக்கிறது என்பதைப் பற்றியெல்லாம் நினைக்கவே மாட்டான். பாடிக் கொண்டே இருப்பான்.

ஆனால், கிருஷ்ணமூர்த்திக்கோ பாட்டு, சங்கீதம் என்றால் பிடிக்கவே பிடிக்காது. அந்தக் காலத்தில் சங்கீதக் கலைஞர்களுக்குப் பெரிய மதிப்போ, வருமானமோ இருந்ததில்லை. எந்த ஆதாயமும் இல்லாமல் ஒரு காரியத்தில் ஈடுபடுவது அவருக்குப் பிடிக்காத விஷயம்.

நகைகளை சோப்பு நீரில் ஊற வைத்து, பிரஷ் வைத்துத் தேய்த்து, பாலிஷ் ஏற்றி, ரோஸ் நிற தாளில் சுற்றிக்கொடுக்கும் சராசரி வேலையில் தியாகராஜனுக்கு இஷ்டமேயில்லை. அந்தச் 'ழலே அவனுக்கு பிடிக்கவில்லை. கிருஷ்ணமூர்த்தி நகைக்கடையில் இல்லாத நேரத்தில உரத்த குரலுடன் நாலரைக்கட்டையில் பாடிக்கொண்டிருப்பான். தெருவில் போவோர் வருவோரெல்லாம் தியாகராஜனின் பாடலைக் கேட்டு, அப்படியே நின்றுவிடுவார்கள்.

கிருஷ்ணமூர்த்தி கடைக்குத் திரும்பும்போது கடை வாசலில் பெருங்கூட்டமே திரண்டிருக்கும். 'ஏண்டா தியாகராஜா, இப்படி கூட்டத்தைக் கூட்டி வெச்சுட்டிருக்கே?' என்பார். 'நான் பாட்டுக்கு வேலை செய்துட்டுதான் பாடிட்டிருந்தேன். இவங்கல்லாம் அதைக் கேட்க வந்துட்டாங்க. நான் என்ன பண்றது?' என்று பதில் செ ால்வான் தியாகராஜன்.

இப்படி கூட்டத்தைக் கூட்டி வியாபாரத்தை வீணாக்குவதற்குப் பதிலாக, ஓய்வு நேரத்தில் தியாகராஜனை வீட்டிலேயே உட்காரச் சொல்லலாம் என்கிற முடிவுக்கு வந்துவிட்டார் கிருஷ்ண மூர்த்தி. ★

3. உய்யகொண்டான்!

சங்கீத மோகத்தில் நகைக்கடை வேலையை மறந்த தியாகராஜனுக்கு, பள்ளிக்கூட படிப்பும் கசக்க ஆரம்பித்தது. புத்தகம், கரும்பலகை, கணக்கு வாத்தியார், நீளமான பிரம்பு என படிப்பு தொடர்பான எதுவுமே பிடிக்கவில்லை. பள்ளிக்கூடத்தில் எப்போதாவதுதான் பாடச்சொன்னார்கள். அதுவும் பிரேயர் நேரத்தில் கோரஸ் பாட்டு. வாய்ப்பு கிடைக்கிறதே என்று கிட்டப்பா பாட்டு பாட ஆரம்பித்தால் குடுமியைப் பிடித்து உலுக்கி, தலையில் ஒரு கொட்டு வைப்பார்கள்.

தியாகராஜனுக்கு அப்போது ஒன்பது வயதிருக்கும். வயதுக்கேற்ற குறும்புத்தனம் கொண்டவன். பள்ளிக்கூடத்திலிருந்து வீட்டுக்குத் திரும்பியதும் வழக்கம்போல தம்பியுடன் விளையாடிக்கொண்டிருந் தான். மாணிக்கத்தம்மாள், தியாகராஜனை மண் ணெண்ணெய் வாங்கி வர அனுப்பினார்.

ஜெ. ராம்கி

தியாகராஜனும் ஒரு கையில் காசையும் இன்னொரு கையில் பாட்டிலையும் எடுத்துக்கொண்டு கிளம்பிவிட்டான். தெருவைத் தாண்டி நடந்து போய்க்கொண்டிருந்தான். ‘அரிசி முறுக்கேய்... அரிசி முறுக்கேய்...’ இந்தக் குரல் தியாகராஜனின் காதுகளில் புகுந்தது. மறுநொடி நாக்கில் நீர் சுரந்தது. கையிலிருந்த காசெல்லாம் முறுக்காகி, வயிற்றுக்குள் போனது. சரி, மண்ணெண்ணெய்க்கு என்ன செய்வது?

மண்ணெண்ணெய்க்குப் பதிலாக புட்டியில் தண்ணீரை நிரப்பிக் கொண்டு வீட்டுக்குத் திரும்பி வந்தான். கொஞ்சம்கூட தயக்கமோ, பயமோ இன்றி, தன் தாயிடம் அந்தப் புட்டியைக் கொடுத்தான். தண்ணீரை மண்ணெண்ணெய் என்று நினைத்து அடுப்பு எரிக்க நினைத்த மாணிக்கத்தம்மாள் ஏமாந்து போனாள். கோபம்தான். இருந்தாலும் தாய்ப்பாசம் என்று ஒன்று இருக்கிறதே. அதுவும் மூத்த ஆண் பிள்ளை என்றால் தனிப்பாசம் உண்டே! கோபத்தை வெளிக்காட்டவே இல்லை.

சர்க்கஸ் பார்ப்பது என்றாலே தியாகராஜனுக்கு நிறைய இஷ்டம். திருச்சியில் ஒரு சர்க்கஸ் கம்பெனி முகாமிட்டிருந்தது. தியாகராஜனும் அவனது நண்பர்களும் சர்க்கஸ் பார்க்கச் சென்றிருந்தார்கள்.

இடைவேளை நேரத்தில் வித்தை காட்டிய விலங்குகளுக்கு உணவு கொடுத்துக் கொண்டிருந்தார்கள். அதை வேடிக்கைப் பார்க்கவும் ஒரு கூட்டம் கூடி நின்றது. கூண்டில் அடைபட்டிருந்த ஒரு அப்பாவிக் குரங்கு, தியாகராஜன் அன்ட் கோவின் கண்களில் பட்டது. குரங்கிடம் விளையாட ஆரம்பித்தார்கள். கூச்சல் போட்டு, வாலைப் பிடித்துத் திருகி, விதவிதமான சேட்டைகள் அரங்கேறின. பொறுத்துப் பொறுத்துப் பார்த்த அந்த மங்கி பொங்கி எழுந்து விட்டது. ஆம். கூண்டிலிருந்து வெளியே வந்துவிட்டது.

விளையாட்டு சுவாரசியத்தில் கூண்டு திறந்திருப்பதை நண்பர்கள் வட்டாரம் கவனிக்கவேயில்லை. தலைதெறிக்க ஓட ஆரம்பித் தார்கள். தியாகராஜன் முதல் ஆளாக ஓடிக்கொண்டிருந்தான். ஓடிக் களைத்துப்போன தியாகராஜன் மூச்சுவாங்க ஓரிடத்தில் நின்றான். அதற்குமேல் ஓடமுடியாத படி முன்னால் ஒரு முள்வேலி. அதைத் தாண்டிக் குதித்தால் ரயில்வே தண்டவாளம். குரங்கும் விடாமல் துரத்திக்கொண்டு வந்தது.

தியாகராஜன் துளியும் யோசிக்கவில்லை. முள்வேலியைத் தாண்டிக் குதித்துவிட்டான். குதித்த வேகத்தில் மூர்ச்சையாகிவிட்டான்.

தண்டவாளத்துக்கு பக்கத்தில் விழுந்து கிடந்த தியாகராஜனை நண்பர்கள் தட்டி எழுப்பினார்கள். வேலி முள் குத்திக் கிழித்ததால் வலது கன்னத்தில் கண்ணுக்குக் கீழே பெரிய ரத்தக் காயம். கசிந்து கொண்டிருக்கும் ரத்தத்தை உடனடியாக நிறுத்தியாக வேண்டும். என்ன செய்யலாம் என்று யோசித்த நண்பர்கள், ரயில் தண்டவாளத்தை ஒட்டிக் கிடந்த நிலக்கரித் துண்டுகளை சேகரித்தார்கள். அதைப் பொடி செய்து தியாகராஜனின் கன்னத்தில் அப்பிவிட்டார்கள்.

கிருஷ்ணமூர்த்தியின் கண்ணில் படாமல் காயத்தை மறைக்க அந்த கரிப்பொடி உதவியாக இருந்தது. காயமும் கொஞ்ச நாளில் சரியாகிவிட்டது. அந்த கரியின் கருமை விட்டும் காலாகாலத்துக்கும் அவரது கன்னத்தை விட்டுப் போகவேயில்லை.

பத்து வயதில் தியாகராஜனுக்குப் பள்ளிக்கூடப் படிப்பு அலுத்து விட்டது. தினமும் பள்ளிக்கூடம் போவதாகச் சொல்லிவிட்டு தியாகராஜன் வேறு எங்காவது போக ஆரம்பித்தான். உய்ய கொண்டான் ஆற்றுப் பாலம் தியாகராஜனைச் சுண்டியிழுத்தது.

எப்போதும் சலசலவென்று ஓடும் ஆற்று நீர். சின்னப் பாலம். செதுக்கி வைத்தாற்போல அழகான படிக்கட்டுகள். அதற்கு வெகு அருகில் குழுமியானந்தா சுவாமிகள் மடம். அந்தச் 'ழலும், இயற்கையின் அழகும் தியாகராஜனை வசீகரித்திருந்தன.

பள்ளிக்கூடம் போவதாக வீட்டில் சொல்லிவிட்டு தியாகராஜன் தினமும் செல்வது அங்கேதான். உய்யகொண்டான் ஆற்றுப் பாலத்திலிருந்து தொப்பென்று குதிப்பது, சரசரவென்று நீந்துவது, கழுத்து வரை தண்ணீரில் மூழ்கியபடி நின்றுகொண்டு 'காயாத கானகத்தே....' என்று பாடுவது, பிற்பகலுக்குப் பின்னர் கரையேறி, மடத்துக்குப் போய் சுவாமி தரிசனம் செய்துவிட்டு அங்கேயே தூங்குவது - இவைதான் தியாகராஜனின் அன்றாட வேலைத்திட்டம். தூங்கி எழுந்தால் இருட்டிவிடும். அதன்பிறகு தியாகராஜனின் கூட்டாளி தம்பி கோவிந்தராஜன்தான்.

பிரபாத் தியேட்டரில் படம் வந்தால் அப்பாவுக்கு தெரியாமல் செகண்ட் ஷோ நிச்சயம். விட்டல் நடித்த ஆக்ஷன் படம் வந்தால் விடமாட்டார்கள். அப்பா தூங்கும்வரை அண்ணன், தம்பி இரண்டுபேரும் அமைதியாகப் படுத்திருப்பார்கள். தூங்கியது தெரிந்ததும், மெல்ல எழுந்து தியேட்டரை நோக்கி நடப்பார்கள். அந்த பேசாத படத்தை ரசித்துப் பார்த்துவிட்டு, திரும்பி வந்து, நல்ல பிள்ளை போல படுத்துத் தூங்கிவிடுவார்கள்.

என்றைக்காவது தூக்கத்தில் உளறிக்கொட்டிவிட்டால் அப்பாவின் விசிறி மட்டைக்கு வேலை ஆரம்பமாகிவிடும். கிருஷ்ணமூர்த்தி, விசிறி மட்டை உடையும்வரை அடித்துவிட்டுத்தான் மறுவேலை பார்ப்பார். அடி வாங்கி சுருண்டு விழுந்தால் உமியால் ஒத்தடம் கொடுக்க அம்மா தயாராக இருப்பாள்.

ஒருநாள் உய்யகொண்டான் ஆற்றுப்பாலத்திலிருந்து விதவிதமாகக் குதித்து நீந்தும் தியாகராஜனின் சாகஸங்களைப் பார்த்த ஒருவர், கிருஷ்ணமூர்த்தியிடம் சொல்லிவிட்டார். அவர் நேராக உய்ய கொண்டான் ஆற்றுப்பாலத்துக்கே வந்துவிட்டார்.

தியாகராஜனுக்கு அது கெட்ட நேரம். அப்போதுதான் பாலத்திலிருந்து ஆற்றுக்குள் தொப்பென்று குதித்து நீந்திக்கொண்டிருந்தான். அந்தக் கோலத்தை கண்ணால் பார்த்து கோபத்தின் உச்சிக்கே போனவர், தியாகராஜனை நன்றாகக் கவனித்தார். இனிமேல் பாடவே கூடாது என்றும் கட்டளை போட்டார். அடிகளைத் தாங்கிக் கொள்ளலாம், பாடக் கூடாது என்றால்... தியாகராஜனும் கோபத்தில் சட்டென்று அந்த முடிவை எடுத்தான்.

வீட்டை விட்டு ஓடிப்போவது! ★

4. நாடகம் அழைக்கிறது!

நாடகம் அழைக்கிறது!

துடித்துப்போனார்கள் பெற்றோர்கள். தினமும் தியாகராஜனைத் தேடி அலையாத இடமில்லை. ஊர் முழுவதும் தேடியாயிற்று. காடு, கழனி, வயல், வரப்பெல்லாம் பார்த்தாயிற்று. கிடைக்கவில்லை. தன் மகன் ஊரை விட்டெல்லாம் போக மாட்டான் என்ற கிருஷ்ணமூர்த்தியின் நம்பிக்கை பொய்யானது.

'படப்பையில தியாகராஜன் இருக்கானாம். போய்ப் பாருப்பா' என்று நண்பர் ஒருவர் தகவல் கூற, கிருஷ்ணமூர்த்தி அங்கு விரைந்து சென்றார். தெருத் தெருவாகத் தேடினார். கோயில்களுக்கெல்லாம் சென்று பார்த்தார். எங்கும் தியாகராஜனைக் காண முடியவில்லை. சோர்வுடன் வந்து கொண்டிருந்தார்.

'காயாத கானகத்தே...'

தூரத்தில் யாரோ பாடும் சத்தம்.

‘இது… இது… என் தியாகராஜனின் குரலாயிற்றே. என் மகன்… என் மகன் இங்கேதான் இருக்கிறான். அவனை நான் கண்டுபிடித்து விட்டேன்.’

குரல் வந்த திசையை நோக்கி ஓடினார் கிருஷ்ணமூர்த்தி. ஒவ்வொரு வீடாகச் சென்று வாசலில் நின்று பாடிக்கொண்டிருந்தான் தியாக ராஜன். தூரத்தில் தன் தந்தையைக் கண்டதும் அவனுக்கு அதிர்ச்சி. ஆனந்தமும்கூட. பாடலை அப்படியே நிறுத்திவிட்டு தந்தையின் முகத்தை ஏக்கத்துடன் பார்த்தான்.

கிருஷ்ணமூர்த்தி, தியாகராஜனைக் கட்டியணைத்துக் கொண்டார்.

‘உங்க பையனா இவன், என்ன அருமையாப் பாடுறான். எல்லாம் கடவுளோட வரம். தம்பி பாடிட்டு இருந்தா இன்னிக்கெல்லாம் கேட்டுட்டே இருக்கலாம்.’

சுற்றி நின்று கொண்டிருந்த பலர் தியாகராஜனைப் பாராட்டிக் கொண்டிருந்தனர். பாடக்கூடாது என்று தான் போட்ட கட்டளைதான் மகன் வீட்டை விட்டே போவதற்குக் காரணம் என்பது கிருஷ்ண மூர்த்திக்குப் புரிந்தது.

படப்பையில் இருந்த அந்தச் சில நாள்களிலேயே தியாகராஜன் தன்னுடைய பாட்டுக்கு நிறைய பேரை அடிமையாக்கியிருந்தான். இத்தனை பேர் தன் மகனின் பாட்டை விரும்பும்போது, தான் மட்டும் அதை எதிர்ப்பது தவறென்று கிருஷ்ணமூர்த்திக்குப் பட்டது. மகனின் இசை ஆர்வத்துக்கு இனி தடை போடப்போவ தில்லை என்று படப்பை மக்களிடம் கிருஷ்ணமூர்த்தி உத்தரவாதம் கொடுத்தார்.

படப்பையிலிருந்து கிளம்பிய தந்தையும் மகனும் திருப்பதிக்கு ஏழுமலையானைத் தரிசனம் செய்யப் போனார்கள். ஏழுமலையான் சந்நிதானத்தில் தியாகராஜன் மெய்மறந்து பாடினான். பாகவதரின் பாட்டுக்கச்சேரி ஆரம்பமானது.

திருச்சிக்குத் திரும்பி வந்ததும் தியாகராஜன் நிறையவே மாறிப் போனான். பள்ளிக்கூடம் போகச்சொல்லி யாரும் அவனை வற்புறுத்தவில்லை. பஜனை கோஷ்டியில் தியாகராஜனை பாடச்சொ ல்லி நிறைய பேர் தேடிவந்தார்கள். திருச்சியின் எல்லா பஜனை கோஷ்டிகளிலும் தியாகராஜன் இடம்பெற்றான். எந்த இடமாக இருந்தாலும், எந்தக் கோஷ்டியாக இருந்தாலும், உரத்த குரலெடுத்து முன்னே பாடிக்கொண்டே செல்வது தியாகராஜனாகத்தான் இருக்கும்.

வெறுமனே பஜனை கோஷ்டிகளில் பாடுவது தியாகராஜனுக்குச் சலிப்பாகத்தான் இருந்தது. தனியாகப் பாடும்போது நான்கு பேர் கேட்டுப் பாராட்டவேண்டும் என்பதுதான் அவனது லட்சியம். அதற்கு சாஸ்திரிய சங்கீதத்தை முறைப்படி கற்றுக்கொண்டாக வேண்டும்.

தியாகராஜனின் ஆசைக்கு யாரும் தடைபோடவில்லை. கிருஷ்ண மூர்த்தி, தியாகராஜனை பிடில் சின்னைய்யா பிள்ளையிடம் முறைப் படி சங்கீதம் படிக்க அனுப்பி வைத்தார். அப்போது தியாகராஜனுக்கு வயது பன்னிரண்டு.

திருச்சி ரசிக ரஞ்சனி சபாவில் ஒரு நாடகம். குடும்ப நண்பரான வரதராஜுலு நாயுடுதான் அப்பாவையும் பிள்ளையும் நாடகத்துக்கு அழைத்துப்போனார். தியாகராஜனுக்கு நாடகம் ரொம்பவே பிடித்து விட்டது. சங்கீதம் மட்டுமல்லாமல் நாடகத்திலும் நடிக்கும் ஆசை வந்தது.

நாடகத்தில் ஒரு காட்சியிலாவது நடித்தாகவேண்டும் என்பதே தியாகராஜனின் ஆசை. இதெல்லாம் அப்பாவுக்கு தெரிந்தால் கோபப்படுவாரே என்று பயம். பாட்டுப்பாட அனுமதி வாங்கவே நிறைய கஷ்டப்பட வேண்டியிருந்தது. நாயுடுவிடமே தன்னுடைய ஆசையை எடுத்துச் சொன்னார். நாயுடுவின் சிபாரிசினால் அது நிறைவேறும் நாளும் வந்தது.

திருச்சியில் அப்போது நாடகங்களை நடத்தி வந்தர்களில் முக்கிய மானவர் நடேச ஐயர். திருச்சி ரயில்வேயில் பணிபுரிந்தாலும், ஓய்வு நேரங்களில் நிறைய அமெச்சூர் நாடகங்களை அரங்கேற்றியவர். அதற்காகவே ரசிக ரஞ்சனி சபாவை ஆரம்பித்தவர். நாடகத்திலும் ஏதாவது சின்னப் பாத்திரத்தில் நடிப்பதுண்டு. எம்.எஸ். சுப்புலட்சுமி நடித்த சேவா சதனம் படத்தில் ஈஸ்வர ஐயர் பாத்திரத்தில் நடேச ஐயர் நடித்திருக்கிறார். கிட்டப்பாவின் எவர் கீரின் 'ப்பர் ஹிட் பாடலான 'காயாத கானகத்தே...' பாடலை எழுதியவரும் இவர்தான்.

பஜனை கோஷ்டிகளில் தியாகராஜனின் ஈடுபாட்டையும், அவனது குரல் வளத்தையும் கண்ட நடேச ஐயர், தன்னுடைய நாடகத்தில் தியாகராஜனையும் நடிக்க வைக்கவேண்டும் என்று நினைத்தார்.

வரதராஜுலு நாயுடுவும் பையனுக்கு நிஜமாகவே ஆர்வமிருப்பதாக நடேச ஐயரிடம் சிபாரிசு செய்திருந்தார். என்ன இருந்தாலும் பிள்ளையின் தகப்பனாரிடம் நேரடியாகவே பேசிவிட்டு அனுமதி

வாங்கிவிடலாம் என்று பாலக்கரைக்கு தியாகராஜனின் வீடு தேடி வந்துவிட்டார் நடேச ஐயர். திருச்சியின் பிரபலமான நாடக கம்பெனிக்காரர் வீடு தேடி வந்து கேட்டதும் கிருஷ்ணமூர்த்தியால் மறுக்க முடியவில்லை.

தியாகராஜன் நாடக மேடை ஏறினான். முதல் நாடகத்திலேயே பார்வையாளர்களைக் கவரும்படியான பாத்திரம். ஹரிச்சந்திரா நாடகத்தில் லோகிதாசன் வேஷம். பத்து வயது நிரம்பிய பாலகனாக நடிக்க வேண்டும்.

தியாகராஜனுக்கு நன்றாக நடிக்க வந்தால் நிறைய நாடகங்களில் பால பார்ட் வேஷம் தருவதாக நடேச ஐயர் சொல்லியிருந்தார். எஸ்.ஜி.கிட்டப்பாவின் நாடகங்களைப் பார்த்து ரசித்த தியாக ராஜனுக்கு தானும் நாடகத்தில் நடிக்க முடிந்ததில் பெரிய சந் தோஷம். தனக்கு நன்றாகப் பாட வரும் என்கிற ஒரே காரணத்துக் காகத்தான் நாடகத்தில் நடிக்கக் கூப்பிடுகிறார்கள் என்பதையும் அவன் நன்றாகப் புரிந்து வைத்திருந்தான்.

அப்போது நாடக உலகில் பிரபலமாக இருந்ததெல்லாம் புராண நாடகங்கள்தான். யார் நாடகம் நடத்தினாலும் வசனம், பாடல்கள் எல்லாமே சற்றேறக்குறைய ஒரே மாதிரியாகத்தான் இருக்கும். நடிகர்கள் மட்டும் மாறிக்கொண்டேயிருப்பார்கள். வசனத்தையும், பாட்டையும் ஒரு நோட்டில் எழுதி வைத்திருப்பார்கள். படித்துப் பார்த்துவிட்டு, ஒத்திகைக்குப் பின்னர் நேராக மேடைக்கு வர வேண்டியதுதான்.

ஹரிச்சந்திரா நாடகம். காலகண்டருக்காக சந்திரமதி காட்டுக்கு வந்து தர்ப்பைப்புல் அறுக்கும் காட்சி. 'அம்மா, பசிக்குதே! தாயே, பசிக்குதே!' என்று அம்மாவின் முந்தானையைப் பிடித்துக்கொண்டே உருக்கமாக பாடி, லோகிதாசன் வந்துகொண்டிருந்தான். லோகிதாசனாக தியாகராஜன்.

அடுத்த காட்சியில் பாம்பு கடித்த காலைப் பிடித்துக்கொண்டே 'ஐயோ' என்று லோகிதாசன் தரையில் சாயவேண்டும். தியாகராஜன் 'ஐயோ' என்று கத்தி கீழே சாய்வதற்குள் நாடகம் பார்த்துக் கொண்டிருந்தவர்களில் ஒருவர் அலறி கீழே விழுந்து மயக்கமானார். அவர், தியாகராஜனின் தாயார்!

ஹரிச்சந்திரா நாடகம் அபார வெற்றி. லோகிதாசனாக தியாகராஜன் நடிப்பு நிறைய பேருக்குப் பிடித்துவிட்டது. ரசிக ரஞ்சனி சபாவின் நிரந்தர பால பார்ட் நடிகனாகிவிட்டான் தியாகராஜன்.

எம்.கே.தியாகராஜ பாகவதர் 24

நாடகம் பார்க்க வந்திருந்த மதுரை பொன்னு ஐயங்காருக்கும் தியாகராஜனைப் பிடித்துவிட்டது. மதுரை பொன்னு ஐயங்கார் பெரிய ஃபிடில் வித்வான். நல்ல சங்கீத வாத்தியாரும்கூட. கேள்வி ஞானத்தால் பாடி கைதட்டல் வாங்கும் தியாகராஜனுக்கு முறையான சங்கீதப் பயிற்சி கொடுத்தால் முன்னுக்கு வந்துவிடுவான் என்று நினைத்தார்.

தியாகராஜனின் சாஸ்திரீய சங்கீதப் பயிற்சிக்கு பொன்னு ஐயங்கார் சரிகம போட்டார். அடுத்து ஆறு ஆண்டுகள் குருவிடம் கர்ம சிரத்தையாகப் பாடம் படித்தான் தியாகராஜன். பொன்னு ஐயங்காருக்கு தியாகராஜன் மேல் தனிப் பிரியம். குரு தட்சணையாக ஒரு பைசா கூட வாங்கிக்கொள்ளவில்லை. கிருதிகள், கீர்த்தனைகள், சாகித்தியங்கள், சிந்துகள் என விலாவாரியாக சங்கீத சங்கதிகளைக் கற்றுக்கொடுத்தார். தினமும் காலையில் பாடம் முடிந்ததும் பயிற்சி. பாட்டுப் பாடி பயிற்சி செய்ய தேர்ந்தெடுத்த இடம் அதே உய்ய கொண்டான் ஆற்றுப் பாலம்தான்.

ஒரு பக்கம் சங்கீதப் பயிற்சி, இன்னொரு பக்கம் நாடக அனுபவம் என்று தியாகராஜனின் இரட்டைக்குதிரை வாழ்க்கை குதூகலத்துடன் நகர்ந்துகொண்டிருந்தது.

பால பார்ட் வேஷம் இருந்தால் நடேச ஐயர் தியாகராஜனைக் கூப்பிட்டு வர ஆள் அனுப்பிவிடுவார். எத்தனை நாளைக்குத்தான் பால பார்ட்டாகவே நடிப்பது? சொந்தமாகவே பாட்டும் வசனமும் சொல்லத் தெரிந்தால்தான் அடுத்தடுத்து நிறைய வேஷங்கள் கிடைக்கும்.

நாடக மேடையில் வசனங்களை விட பாடல்களுக்கு முக்கியத்துவம் வர ஆரம்பித்த காலம். அப்போது நாடகப் பாடல்களை இயற்று வதிலும் பாடிக் காட்டுவதிலும் கெட்டிக்காரராக இருந்தவர் கோடை யிடி ராமசாமி பத்தர்.

திருவையாறு மேல வீதியில் குடியிருந்த ராமசாமி பத்தரிடம் பாடம் படிக்கவேண்டும் என்று தியாகராஜனுக்கும் ஆசை. அவர் ஒரு வகையில் தியாகராஜனுக்கு உறவினரும் கூட. எனவே அவரிடம் தியாகராஜனை அனுப்பி வைப்பதில் கிருஷ்ணமூர்த்திக்கு எந்தப் பிரச்னையும் இல்லை. திருவையாறில் தியாகராஜனின் குருகுல வாசம் ஆரம்பமானது.

ராமசாமி பத்தருக்கு திறமைசாலியான தியாகராஜன் மேல் அன்பு அதிகம். சாயந்திர வேளைகளில் கடையில் ஏதாவது வாங்கித்

தின்பதற்காகக் காசு கொடுப்பார். அந்தக் காசை எடுத்துக்கொண்டு திருவையாறு கோயிலுக்கு வரும் தியாகராஜன், குங்கிலியம் வாங்கி, அதை அக்கினிக் குழியில் போட்டு ஆள்கொண்டாரைக் கும்பிடுவார்.

வெள்ளிக்கிழமைகளில் ஆள்கொண்டாருக்கு வடைமாலை சாத்துவார்கள். இன்னொரு பக்கம் சிதறு தேங்காய் வீசுவார்கள். கூட்டம் நிரம்பி வழியும். கூட்டத்தில் நிறைய குழந்தைகளும் இருப்பார்கள்.

சில குறும்புக்காரக் குழந்தைகள் தியாகராஜனின் உச்சிக் குடுமியை பிடித்து இழுப்பார்கள். குழந்தைகளுக்கு அதுவொரு உற்சாகமான விளையாட்டு. பூஜையை முடித்துவிட்டு பிரசாதம் கொடுக்க வெளியே வரும் குருக்கள்தான் தியாகராஜனை காப்பாற்றுவார்.

குருக்களைப் பார்த்ததும் குழந்தைகள் சுற்றி வந்து 'மாமா... மாமா...' என்று கூச்சல் போடுவார்கள். கையிலிருக்கும் பிரசாதம் தீரும்வரை சுற்றிச் சுற்றி வருவார்கள். பிரசாதத்தை வீட்டுக்கு எடுத்துப்போக முடியாத எரிச்சலில் குருக்கள் குழந்தைகளின் நடு மண்டையில் நறுக்கென்று கொட்டுவார். கூட்டத்தில் மாட்டிக் கொண்டு கொட்டு வாங்கும் அப்பாவிக் குழந்தைகளில் தியாகராஜனும் அடக்கம். ★

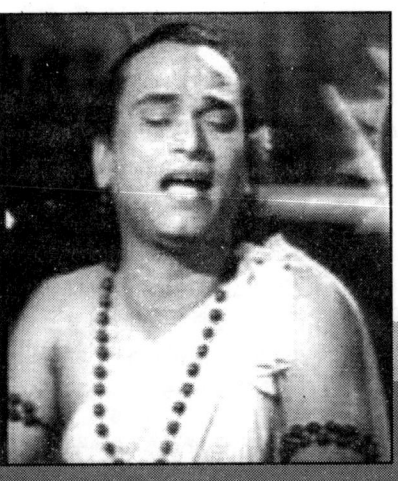

5. அரங்கேற்றம்!

அரங்கேற்றம்!

'அபிநவ நந்திகேசுவரர் திரு. தட்சிணாமூர்த்தி பிள்ளை யவர்களின் தலைமையில் விசுவ குல திலகம் எம்.கே. தியாகராஜனின் முதல் கச்சேரி அரங்கேற்று விழா நடைபெறும். இடம் : கம்மாளத் தெரு, காளியம்மன் கோவில். அனைவரும் வருக, வருக!' திருச்சி நகரமெங்கும் விநியோகிக்கப்பட்ட நோட்டீஸ் சேதி சொல்லியது.

1926-ன் ஒரு சுபயோக சுபநாளில் நடந்த அந்தக் கச்சேரிக்கு எக்கச்சக்கமான கூட்டம். கச்சேரி ஆரம்ப மானது. தியாகராஜனின் கானம் நிறைய பேரைக் கட்டிப்போட்டது. மூன்று மணி நேர கச்சேரியில் எந்தப் பிசகலும் இல்லை. கச்சேரி கேட்க வந்தவர்களில் நிறைய பேர் பெரிய மனிதர்கள். அரங்கேற்றத்துக்குத் தலைமை வணுத்தவர் மிருதங்க வித்வான் தட்சிணா மூர்த்தி பிள்ளை.

கிருஷ்ணமூர்த்தியின் குடும்பம் இருந்த பொருளாதார நெருக்கடியில் அப்போது அரங்கேற்றமெல்லாம் சாத்தியமே இல்லாத விஷயம் தான். ஆனால் அதைச் சாத்தியமாக்கியவர் தியாகராஜனின் சித்தப்பா கோவிந்த ஆச்சாரிதான்.

கோவிந்த ஆச்சாரியின் குடும்பம் கொஞ்சம் வசதியானது. தியாகராஜனின் குரல் அவனது சித்தப்பாவை வசப்படுத்தியிருந்தது. முதல் கச்சேரியைச் சிறப்பாக அரங்கேற்ற வேண்டும் என்று களத்தில் இறங்கினார் சித்தப்பா. தியாகராஜனுக்குப் பக்க வாத்திய வாசிக்கச் சரியான ஆள்கள் கிடைக்கவில்லை.

சின்னப் பையனுக்கெல்லாம் வாசிக்க முடியாது என்று நிறைய பேர் மறுத்துவிட்டார்கள். தியாகராஜனின் குருவான மதுரை பொன்னு ஐயங்காருக்கு விஷயம் போனது. கச்சேரிக்கு தானே பிடில் வாசிப்பதாகச் சொல்லிவிட்டார் ஐயங்கார். குருவே பக்கவாத்தியம் வாசிக்க ஒப்புக்கொண்டால் எந்த சிஷ்யனுக்குத்தான் சந்தோஷம் வராது?

மிருதங்கம் வாசிக்கத்தான் ஆளில்லை. பிரபலமாக இருந்த தட்சிணாமூர்த்தி ஆசாரியிடம் மிருதங்கம் வாசிக்கும்படி கேட்டுக்கொண்டார்கள். ஆனால், தட்சிணாமூர்த்தி ஆசாரி ஒப்புக்கொள்ளவில்லை.

விஷயம் புதுக்கோட்டை வரை போனது. புதுக்கோட்டை தட்சணாமூர்த்தி பிள்ளைதான், தட்சிணாமூர்த்தி ஆசாரியின் குரு. தியாகராஜனின் கச்சேரிக்கு, தான் வருவதாகவும் அதற்கு தட்சிணாமூர்த்தி ஆசாரிதான் மிருதங்கம் வாசிக்கவேண்டும் என்று பிள்ளை தகவல் சொல்லி அனுப்பிவிட்டார். குருவின் பேச்சை சிஷ்யரால் தட்டமுடியவில்லை.

அரங்கேற்றத்தின் போது, பார்வையாளர் வரிசையில் உட்கார்ந்திருந்த தட்சிணாமூர்த்தி பிள்ளை, திடீரென்று மேடையேறி கஞ்சிராவைக் கையிலெடுத்துக் கொண்டார். பக்க வாத்தியக்காரர்களெல்லாம் பெரிய வித்வான்கள். பாடகரோ சின்னப் பையன். ஆனால், தியாகராஜனுக்கு கொஞ்சமும் பயம் வரவில்லை. எடுத்தவுடனே நாலரைக் கட்டை சுருதியில் கீர்த்தனையை ஆரம்பித்துவிட்டான்.

தட்சிணாமூர்த்தி பிள்ளைக்கு தியாகராஜன் மீது நிறைய நம்பிக்கை. வாழ்த்திப் பேசும்போதே அது வெளிப்படையாக தெரிந்தது.

'தியாகராஜன், நிஜமாகவே கர்நாடக இசைக்கு முருகன் அளித்த வரப்பிரசாதம். இதுவரை நான் பல கச்சேரிகள் கேட்டிருக்கிறேன். இதுபோன்ற ஒரு அற்புதமான கச்சேரியை இதுவரைக் கேட்ட

தில்லை. யாரும் இவனைப்போல் இத்தனைத் தைரியமாக எனக்கு முன்னால் பாடியதில்லை. இவனால் தமிழிசை வளரும், வாழும். இன்று முதல் இந்தப் பிள்ளை வெறும் தியாகராஜன் அல்ல, தியாகராஜ பாகவதர்!'

வாழ்கிற காலத்திலேயே தியாகராஜன் தன்னுடைய பெட்டியைத் தங்கச் சாவி கொண்டு திறப்பான் என்று வாழ்த்தினார்*.

முதல் கச்சேரியிலேயே பாகவதர் பட்டம் வாங்கியது தியாகராஜ னுக்குச் சந்தோஷமான அனுபவம். அரங்கேற்ற நிகழ்ச்சியை சின்னதாகவாவது நடத்திவிட வேண்டும் என்று நினைத்த குடும்பத் தவர்களுக்கு பட்டம் கிடைத்ததில் இரட்டிப்பு மகிழ்ச்சி.

அந்த அரங்கேற்றத்தின் வெற்றி தியாகராஜனுக்குள் புதுத் தெம்பைக் கொண்டுவந்தது. கிடைத்த பெயரும் புகழும் மேலும் மேலும் தியாகராஜனைத் தீவிரமாகச் சாதகம் செய்ய வைத்தன. அடிக்கடி திருவையாறுக்கும் கும்பகோணத்துக்கும் சென்று சங்கீத வித்வான் களைச் சந்தித்துப் பேசி, பழகி பயிற்சியை வளர்த்துக்கொண்டான். குறிப்பாக, ஆலந்தூர் சகோதரர்களிடமும் சாஸ்திரீய சங்கீதம் கற்றுக்கொண்டார்.

அந்தந்தத் துறையில் கெட்டிக்காரர்களாக இருப்பவர்களோடு பழகி, அவர்களுடன் தன் நட்புறவை வளர்த்துக்கொள்வதுதான் தியாக ராஜனின் பழக்கம். சங்கீத சங்கதிகள் ஒரு சிலருக்கு மட்டுமே கிடைத்து வந்த காலம். எதைக் கற்றுக்கொள்ள வேண்டுமென்றாலும் தேடித் தேடி அலைந்தாக வேண்டும்.

தியாகராஜன், சுப்பையா பிள்ளையிடம் ஸ்வரப் பிரயோகம் பற்றி கற்றுக்கொண்டார். பெரும்பாலான சங்கீத வித்வான்கள் தியாக ராஜனின் ஆர்வத்தைப் பாராட்டினாலும், சிலர் அவருடைய சாதியைச் சொல்லி இழிவுபடுத்தியதும் உண்டு. அதையெல்லாம் பெரிய விஷயமாக நினைத்து தியாகராஜன் வருத்தப்பட்டதேயில்லை.

'ஸ்ரீமான் தியாகராஜ பாகவதரின் கச்சேரி' என்றதும் படபடவென்று கைதட்டல் வரவேண்டும். அது மட்டுமே அந்தச் சின்னக் கண்களில் வீற்றிருந்த பெருங்கனவு.

என்னதான் சாஸ்திரிய சங்கீத கச்சேரிகளின் மூலம் பெயர் கிடைத்தாலும், வருமானத்துக்கு ஒரே வழி நாடகத்தில் நடிப்பதுதான்.

---

* பிள்ளையின் வார்த்தைகள், பின்னாளில் நிஜமானது. மயிலாப்பூர் கபாலி டாக்கீஸை தங்கச் சாவி கொண்டுதான் திறந்துவைத்தார் தியாகராஜ பாகவதர்.

பாட்டுக் கச்சேரி செய்ய நிறைய வித்வான்கள் இருப்பார்கள். ஆனால், நாடகத்தில் நடிக்க நிறைய கஷ்டப்பட்டாக வேண்டும். நடிப்பதைக் கௌரவமான விஷயமாகவும் யாரும் சொல்லிக்கொள்ள மாட்டார்கள். சீக்கிரம் பிரபலமாகவேண்டும் என்றால் இரட்டைக் குதிரையில் சவாரி செய்வதுதான் ஒரே வழி. தியாகராஜனும் தீர்மானித்துவிட்டார்.

சங்கீத உலகத்தோடு நாடக உலகத்திலும் தியாகராஜன் முழு மூச்சாக இறங்கினார். பால பார்ட்டாக நடிப்பதை நிறுத்திவிட்டு, ஓரிரு நாடகங்களையாவது சொந்தமாக நடத்தவேண்டும் என்று மனத்தில் தீர்மானித்துக் கொண்டார். அப்போது அவரது மனத்தில் நடராஜ வாத்தியாரின் முகம்தான் நினைவுக்கு வந்தது.

குடியரசு, திராவிடன், தமிழரசு உள்ளிட்ட பத்திரிகைகளில் ஆசிரியராக இருந்தவர் நடராஜன். நாடகங்களுக்குக் கதை, வசனம், பாடல்கள் எழுதுவதில் கெட்டிக்காரர். (பாகவதரின் மாஸ்டர் பீஸான 'ஞானகுமாரி நளின சிங்காரி' பாடலை எழுதியவர் நடராஜனே!)

இயல், இசை, நாடகம் என எல்லாவற்றிலும் கெட்டிக்காரராக இருந்த நடராஜ வாத்தியாரின் அணுக்கமாக இருப்பது தன்னுடைய வளர்ச்சிக்கு உதவியாக இருக்குமென்று தியாகராஜன் நினைத்தார். தனக்கு வேண்டிய நாடகங்களை அவரிடமிருந்து எழுதி வாங்கிக்கொண்டதோடு, அவரைக் கௌரவப்படுத்தவும் மறந்ததில்லை. நடராஜ வாத்தியாரும் நீண்ட காலம் பாகவதருக்காக நாடகங்கள் எழுதிக்கொடுத்துக் கொண்டிருந்தார்.

அடுத்து தியாகராஜன் நாடியது, நாடகம் இயக்குவதில் தேர்ச்சி பெற்றிருந்த நரசிம்ம ஐயங்காரை.

சங்கீதமா, நாடகமா என்று பாகவதர் தவித்துக் கொண்டிருந்த நேரத்தில் இரண்டையுமே ஒரே நேரத்தில் செய்யமுடியும் என்று தைரியமூட்டியது நரசிம்ம ஐயங்கார்தான். பாமா விஜயம், சாரங்கதாரா, வள்ளித் திருமணம், நந்தனார், பவளக்கொடி, கோவலன் நாடகங்களை சொல்லிக் கொடுத்து, அதில் தியாகராஜன் சிறப்பாக நடித்து வசனம் பேசுமளவுக்குத் தயார் செய்துவிட்டார் ஐயங்கார்.

அப்போது பாகவதருக்கு வயது பதினெட்டு. கிட்டப்பாவின் ஸ்பெஷல் நாடகங்கள் தமிழகம் முழுக்க பிரபலம். தானும் ஒரு ஸ்பெஷல் நாடகம் நடத்த வேண்டும் என்பது பாகவதரின் ஆசை. அது நிறைவேறும் நாள் வந்தது.

நாடகம் நடத்துவதற்கான அனைத்து ஏற்பாடுகளும் தயார். செலவுக்குத்தான் கையில் பணமில்லை. பாகவதரின் அத்தை மகனான மாணிக்க ஆசாரிதான் உதவிக்கு வந்தார். அவர் கொடுத்த பணத்தோடு, ஏகப்பட்ட நண்பர்கள் கைகொடுத்த பின்னர்தான் பாகவதரின் நாடகக் கனவு நிறைவேறியது.

திருச்சி பொன்மலை, ஆபிஸர்ஸ் லைனில் முதன்முதலாக பாகவதரின் பவளக்கொடி நாடகம் அரங்கேறியது. அப்போதைக்கு நாடக உலகில் பாகவதர் என்றால் அது எஸ்.வி.சுப்பையாதான் என்று சொல்வார்கள். ஆனால் இப்போது தியாகராஜ பாகவதரும் சேர்ந்து கொண்டார்.

பாகவதரின் சங்கீதக் கச்சேரியைப் போலவே அவரது முதல் நாடகமும் வெற்றி. அடுத்தடுத்து நாடகம் நடத்துவதற்கு நிறைய காண்ட்ராக்டர்கள் பாகவதரைத் தேடி வந்தார்கள்.

'என்னைத் தேடி வந்ததில் மகிழ்ச்சி. மேற்படி விஷயங்களை எல்லாம் நடராஜ வாத்தியாரைப் போய் பார்த்துப் பேசிக் கொள்ளுங்கள்.' - என்று எப்போதும் ஒதுங்கிக் கொள்வதே பாகவதரின் வழக்கம்.

பணம், வசூல், கூட்டம் போன்ற விஷயங்களெல்லாம் பாகவதருக்கு அலர்ஜி. கச்சேரி நடத்துவதில் இருக்கும் சிரமங்களைப் பற்றியே நினைத்துக் கொண்டிருந்தால், நாடகத்தை ஒழுங்காக நடத்தி முடிக்க முடியாதே.. நடராஜ வாத்தியார் பாகவதருக்கு எந்தக் கவலையையும் கொடுக்காமல், எல்லாவற்றையும் தானே கவனித்துக் கொண்டார்.

புதுக்கோட்டை பிரகதாம்பாள் தியேட்டரில் பாகவதரின் வள்ளித் திருமணம் நாடகம். ஆரம்பிப்பதற்கு அரை மணி நேரம் வரை எல்லோரும் நம்பிக்கையோடுதான் இருந்தார்கள். கூட்டமே வரவில்லை.

பயந்து போன காண்ட்ராக்டர் யாரிடமும் சொல்லிக்கொள்ளாமல் கிடைத்ததை அள்ளிக்கொண்டு போய்விட்டார். நேரம் ஆக, ஆக கூட்டம் சேர ஆரம்பித்தது. நாடகத்தின் முடிவில் யாருமே எதிர்பாராத வகையில் கூட்டம் கூடியிருந்தது.

இப்படித்தான் தினமும் நடக்கும் என்று சொல்ல முடியாது. சில நேரங்களில் கூட்டம் அதிகமாக இருக்கும். சில நாள்களில் கூட்டமே இருக்காது. ஆனாலும் கச்சேரியின் மூலம் கிடைக்கும் வருமானத்தை விட, நாடகங்களின் மூலம் கிடைப்பது அதிகமாகவே இருந்தது.

வருமானத்துக்காக நாடகம். ஆத்ம திருப்திக்காக சங்கீதக் கச்சேரி என்று அப்போதே முடிவு செய்திருந்தார் பாகவதர்.

கச்சேரியா, நாடகமா, எதுவாக இருந்தாலும் நடராஜ வாத்தியார் சொல்வதுதான் நடக்கும். நடராஜ வாத்தியார்தான், பாகவதரின் மக்கள் தொடர்பு அதிகாரி.

ஆனால் நடராஜ வாத்தியாரின் தலையீடுகளை கிருஷ்ணமூர்த்தி கொஞ்சமும் விரும்பவில்லை. விளைவு, இருவருக்கும் முட்டல் மோதல் ஆரம்பமானது. அடிக்கடி உரசிக்கொண்டனர். விளைவு, விரிசல்கள் விரிவடைந்துகொண்டே சென்றன.

மௌனப் படங்கள் இருந்த அந்தக் காலத்தில், நாடகம் பார்ப்பதைத்தான் எல்லோரும் விரும்பினார்கள். பத்து பேர் இருந்தால் அதில் பாதிப் பேர் வள்ளி திருமணம் நாடகம் நடத்துவார்கள். ஹரிச்சந்திரா, பவளக்கொடி, சாரங்கதாரா, வள்ளி திருமணம், கோவலன், லலிதாங்கி, நந்தனார், சிறுத்தொண்டன், காத்தவராயன், பாமா விஜயம் நாடகங்களெல்லாம் ஆங்காங்கே அடிக்கடி நடைபெறும்.

நாடகத்துறையில் போட்டி நிறைய இருந்தது. எந்த நாடகமாக இருந்தாலும் வசூல் இல்லாவிட்டால் தாக்குப் பிடிக்க முடியாது. ஆரம்பத்தில் பாகவதரின் நாடகத்துக்குக் கூட்டம் வரவில்லை. மற்றவர்களிடமிருந்து தன்னை வித்தியாசப்படுத்திக் கொள்வதற்காக பாகவதர் நிறையவே முயற்சிகள் எடுத்தார்.

ஜனரஞ்சகப் பாடல்கள்தான் பாகவதரின் பலம். கதைக்குச் சம்பந்தமில்லை என்றாலும், பாடல்கள் சுவராசியமாக இருந்ததால் மக்கள் ரசிக்க ஆரம்பித்தார்கள். பாகவதருடன் போட்டி போட வி.ஏ. செல்லப்பா, எஸ்.வி சுப்பையா என்று ஒரு டஜன் பேர் இருந்தாலும் கிட்டப்பாவுக்கு அடுத்தபடியாக மக்கள் கூட்டம் கூட்டமாக வந்தது பாகவதரின் நாடகத்துக்குத்தான்.

அந்தச் சமயத்தில் தனக்கு அப்படி ஒரு அதிர்ஷ்டம் அடிக்கும் என்று பாகவதர் எதிர்பார்க்கவில்லை. ★

6. முதல் சம்பளம்!

முதல் சம்பளம்!

தன் மானசீக குரு, எஸ்.ஜி.கிட்டப்பாவுடன் ஒரே மேடையில் தோன்றி நடிக்கும் வாய்ப்பு பாகவதருக்குக் கிடைத்தது.

'எனக்குச் சங்கீதம் மேல் ஆர்வம் வரக் காரணமாக இருந்த மகான். என் உதடுகள் எப்போதும் உச்சரித்துக் கொண்டிருக்கும் பாடல்களைப் பாடிய சங்கீதச் சக்கரவர்த்தி. நாடக உலகின் இணையற்றக் கதா நாயகன். அவருடனா சேர்ந்து நடிக்கப் போகிறேன்!' - நினைக்க நினைக்க பாகவதருக்குக் காற்றில் மிதப்பது போல இருந்தது.

கிட்டப்பா, கன்னையா கம்பெனிக்காக வள்ளி திரு மணம் நாடகம் நடத்திக் கொண்டிருந்தார். கிட்டப்பா வின் நாடகத்தை தமிழ்நாட்டு மக்கள் அலுக்காமல் பார்த்துக் கொண்டிருந்த காலம். பாகவதரின் பாட்டுத் திறமையை பற்றிய செய்திகள் அவ்வப்போது கிட்டப்பாவின் காதுகளுக்கு வந்துகொண்டிருந்தன.

வள்ளி திருமணம் நாடகத்தில் நாரதராக நடிக்க பாகவதரை அழைத்தார்கள். வேலனாக கிட்டப்பா, வள்ளியாக கே.பி. சுந்தராம்பாள், நாரதராக பாகவதர்.

கிட்டப்பாவின் குழுவிலுள்ள ஒருவர் வந்து நாடகத்தில் பாகவதர் சொல்ல வேண்டிய வசனம், பாட்டு எல்லாவற்றையும் கற்றுக்கொடுத்தார். பாகவதரும் நடிக்க உற்சாகமாகக் கிளம்பினார். ஆனால் திடீரென்று கிட்டப்பா, பாகவதர் வேண்டாமென்று செ ால்லிவிட்டார். காரணம், கிட்டப்பாவைவிட பாகவதருக்கு நன்றாகப் பாட வருகிறது என்று யாரோ கிளப்பிய செய்தி.

காலம் மாறியது. செங்கோட்டையில் பாகவதரின் வள்ளித் திருமணம் நாடகம் நடந்தது. நாடகத்திற்கு தலைமை தாங்க கிட்டப்பா வந்திருந்தார்.

திரை விலகியது. நாடகம் ஆரம்பமானது. வில் ஒன்றைக் கையில் ஏந்தியபடி பாகவதர் பாடிக்கொண்டே மேடையில் தோன்றினார். கரகோஷம். ஆரவாரம். விசில் இசை வரவேற்பு. பாகவதர் பாடியது ‘ராமா நு எட’ என்னும் தியாகைய்யர் கிருதி. கரகரப்பிரியா ராகத்தில் பாகவதர் பாடிய பாடலுக்கு ஏகப்பட்ட வரவேற்பு.

வள்ளி திருமணத்தில் தியாகைய்யர் கீர்த்தி எங்கே வந்தது என்று யாரும் கேள்வி கேட்கவில்லை. பாகவதர் ஏதாவது பாட்டை பாடிக்கொண்டே மேடைக்கு வந்தாக வேண்டும். நடந்தால், அசைந்தால், நிமிர்ந்தால் பாட்டு. அதுதான் பாகவதர் ஸ்பெஷல்.

பாகவதருக்குக் கிடைத்த கைதட்டல், கிட்டப்பாவை ஆச்சரியப் படுத்தியது. நாடகத்தில் பாகவதர் பாடிய ‘முன்னம் ஒருமுறை அல்லிக்கு மணமுடித்தாய்’ பாடலைக் கேட்டதும் கிடுகிடுவென்று மேடையேறினார் கிட்டப்பா. அந்தப் பாட்டை தன்னை விட பாகவதர் சிறப்பாகப் பாடியதாகச் சொல்லி, தான் போட்டிருந்த பவள மாலையைப் பரிசாகக் கொடுத்தார். பாகவதரின் நரம்புகளில் இன்ப அதிர்வுகள்!

அப்போதெல்லாம் நாடகங்களில் ஆண்கள்தான் பெண் வேடம் தாங்கி நடிப்பார்கள். அவர்களுக்கு ஸ்த்ரீ பார்ட் என்று பெயர். எப்போதும் பாகவதரின் ஜோடியாக நடிப்பது அவரது நண்பர் டி.பி. ராமகிருஷ்ணன். பின்னாளில் திருச்சி வானொலி நிலைய வித்வானாக இருந்தவர்.

ரத்னாபாய், சரஸ்வதிபாய், ரமணிபாய் என ஏகப்பட்ட நடிகைகள் நாடகங்களில் நடிக்க ஆரம்பித்தனர். பாகவதரும் தனக்கு ஜோடியாக ஒரு பெண்ணையே தேர்ந்தெடுத்துக் கொண்டார். பதினெட்டு வயதான பாகவதருக்கு ஜோடியாக நடிக்க வந்தவர்தான் பதினைந்து வயது கூட நிரம்பாத எஸ்.டி. சுப்புலட்சுமி.

எஸ்.ஜி.கிட்டப்பாவுக்கு ஒரு கே.பி. சுந்தராம்பாள் போல எம்.கே. தியாகராஜ பாகவதருக்கு எஸ்.டி. சுப்புலட்சுமிதான் பொருத்தமான ஜோடி என்று ரசிகர்கள் பேச ஆரம்பித்தனர். மேடையில் பாகவதருக்கும் சுப்புலட்சுமிக்கும் இடையே நடக்கும் வார்த்தை விளையாடல்கள்தான் நாடகத்தின் சிறப்பம்சம்.

வள்ளி திருமணம் நாடகத்தில் தினைப்புலக் காட்சி. தினைப்புலத் துக்கு வரும் குருவிகளை வள்ளி, கவண் கல்லால் அடித்து விரட்டிக் கொண்டிருக்கிறாள். நாரதரின் பேச்சைக் கேட்டு வள்ளியின் அழகைக் காண வேடன் உருவில் வந்திருக்கும் வேலன் காதல் வசனம் பேசுகிறான்.

'உன் மனம் கல்லோ, இரும்போ, பாறையோ?'

பாட்டின்படி 'பாறையோ?' என்பதோடு பாகவதரின் வசனம் முடியவேண்டும். ஆனால் பாகவதர் முடிக்கவில்லை.

'உன் மனம் கல்லோ, இரும்போ, பாறையோ, குட்டிச்சுவரோ?'

'குட்டிச்சுவரோ' என்கிற வார்த்தையை கேட்டதும் கூட்டத்தில் ஒரே கலகலப்பு.

நடேச ஐயர் திரைக்குக்கு பின்னாலிருந்து குரல் கொடுப்பார். 'விடாதே... அதையே திருப்பிப் பாடு'

பாகவதரும் அதே வரியை திரும்பத் திரும்பப் பாடுவார். 'உன் மனம் கல்லோ, இரும்போ, பாறையோ, குட்டிச்சுவரோ?'

வள்ளியாக நடிக்கும் எஸ்.டி. சுப்புலட்சுமி, வெறுப்பைக் காட்ட முகத்தை ஒரு வெட்டு வெட்டி, பொய்க் கோபம் காட்ட வேண்டும். பாகவதர் அதே வரியைத் திரும்பத் திரும்ப பாட, சுப்புலட்சுமிக்கு நிஜமாகவே கோபம். 'இன்னொரு முறை இப்படிப் பாடினால் எனக்குக் கெட்ட கோபம் வரும் என்று எச்சரிக்க, பாகவதரும் சிரிப்பார்.

சுப்புலட்சுமி பாகவதரை கோபமாகப் பார்த்து, 'குட்டிச்சுவரை தேடி எது வரும் தெரியுமா?'

ஜெ. ராம்கி

பாகவதரும், 'தெரியுமே... கழுதை!' என்பார் குறும்பாக.

அடுத்த நாள் தினசரிகளில் 'நாடக மேடையில் கழுதை!' என்கிற தலைப்பில் நடந்த சம்பவத்தை பற்றி பத்தி பத்தியாக எழுது வார்கள். வள்ளி திருமணம் நாடகம் எங்கே நடந்தாலும் இதுபோன்ற செல்ல விளையாட்டுகளைக் கண்டு ரசிக்கவே ஒரு கூட்டம் வரும்.

வசனச் சண்டைக்கு இருக்கும் வரவேற்பைப் பார்த்துவிட்டு, வள்ளி திருமண நாடகத்தின் வசனங்களில் நிறைய இடைச் செருகல்கள் செய்யப்பட்டன.

மேடையில் மட்டுமல்ல ஒத்திகை நடக்கும்போதும் பாகவதர் இருக்கும் இடம் எப்போதும் கலகலவென்று இருக்கும். பாகவதரின் பொழுதுபோக்கு, புதிர் போடுவதுதான். அதற்கான பதிலையும் சுவராசியமாகச் சொல்வார். எந்த ஊரில், எப்படி நாடகம் நடத்தி னாலும் பாகவதர் கூடவே இருக்கும்போது சக நடிகர்களுக்கும் அலுப்புத் தெரியாது.

'வாழ்க்கையின் முடிவு என்ன?' என்று கேள்வி கேட்பார் பாகவதர்.

'மரணம்' என்று பதில் வரும்.

'இல்லை' - இது பாகவதர்.

'அப்போ, மோட்சம்?'

'அதுவும் இல்லை.'

'நரகம்?'

'ம்ஹூம், நான் சொல்லட்டுமா?'

'ம். சீக்கிரம் சொல்லுங்கள்.'

'கை! வாழ்க்கை 'கை'யன்னாவில் தானே முடிகிறது.'

ஒரு சமயம் பாகவதர் கச்சேரிக்காக காரைக்குடிக்கு வந்திருந்தார். கச்சேரி முடிந்து விருந்து ஆரம்பமானது. சாப்பாட்டில் கெட்டித் தயிர் பரிமாறப்பட்டது.

'நாங்களும்தான் மெட்ராஸில் தயிர் விட்டுக்கொண்டு சாப்பிடு கிறோம். என்ன பிரயோசனம்? அது மானங்கெட்ட தயிராக இருக் கிறதே!' என்றார் பாகவதர்.

யாருக்கும் ஒன்றும் புரியவில்லை. 'மானங்கெட்ட தயிரா! அது என்ன தயிர்? புரியாமல் அவருடைய முகத்தையே பார்த்துக்கொண்டு நின்றார்கள்.

பாகவதர் பதில் சொன்னார். 'இந்த தயிரில் இருக்கிற ஆடையைத் தொட்டால் கை பிசுபிசுக்குது. ஆனா, மெட்ராஸ் தயிரில் ஆடை ஏது, வாடைதான் ஏது?'

மானங்கெட்ட தயிரை நினைத்து எல்லோரும் மனம்விட்டுச் சிரித்தார்கள்.

நாடக உலகம் போட்டி நிறைந்த உலகமாக மாறிக்கொண்டிருந்த நேரம். பாய்ஸ் கம்பெனி, மதுரை பாலமீனரஞ்சனி சங்கீத சபா, பாலசண்முகானந்தா சபா, கன்னையா கம்பெனி, ஸ்ரீதேவி பால வினோத சபா, ஸ்ரீராம பால ஞான விநோத சபா என்று மூலைக்கு மூலை நாடக கம்பெனிகள் ஆரம்பமாகின. ஒவ்வொரு கம்பெனி யிலும் ஏகப்பட்ட நடிகர்கள் மாதச் சம்பளத்துக்கு வேலை பார்த்துக் கொண்டிருந்தார்கள்.

எந்த நாடக கம்பெனியிலும் வேலை செய்யாமல் தனி வழியில் ஸ்பெஷல் நாடகம் நடத்திக்கொண்டிருந்தவர் பாகவதர் மட்டுமே. அவர் மட்டுமே கம்பெனி முதலாளிகளிடம் நாள் சம்பளம் பேசுபவராக இருந்தார்.

ஒரு நாளைக்கு முப்பது ரூபாய் சம்பளம். என்ன நாடகம், என்ன வசனம், பாடல், எங்கே வரவேண்டும் என்கிற விவரமெல்லாம் சொல்லிவிட வேண்டும். பாகவதர் நடிக்கிறார் என்று நோட்டீஸ் அடித்தால் போதும். மக்கள் கூட்டம் அலை அலையாக வர ஆரம்பித்துவிடும். செலவெல்லாம் போக நாடகத்தின் மூலம் பத்து அல்லது இருபது ரூபாய் பாகவதருக்குக் கிடைத்துவிடும்.

கிருஷ்ணா பிக்சர்ஸை நடத்தி வந்த மானகிரி லேனா செட்டியார், பாகவதரின் சம்பளத்தை மேலும் உயர்த்தினார். பாகவதரைத் தொடர்ச்சியாக ஐம்பது நாடகங்களுக்கு ஒப்பந்தம் செய்துகொண்டார். ஒருநாள் நாடகம் போட பாகவதருக்குக் கிடைத்த சம்பளம் ஐம்பது ரூபாய். ஐம்பது நாடகங்களும் அரங்கு நிறைந்த காட்சிகளாக, வெற்றிகரமாக முடிந்தவுடன் கார் ஒன்றை வாங்கி பாகவதருக்குப் பரிசாகக் கொடுத்தார் லேனா செட்டியார்.

ஐம்பது ரூபாய் சம்பளம் என்பது அந்தக்காலகட்டத்தில் பெரிய விஷயம். நாடக நடிகர்களிடையே அதிகபட்ச சம்பளம் வாங்கியது

பாகவதராகத்தான் இருக்கமுடியும். நாடகம் என்றாலே கிட்டப்பா தான் என்ற நிலையில், அதற்கு அடுத்தாற்போல் பாகவதரின் நாடகத்தை பார்க்கத்தான் மக்கள் திரண்டு வந்தார்கள்.

பாகவதரின் சம்பளமும் ஏறிக்கொண்டே போனது. கிடுகிடுவென்று நாள் சம்பளம் நூறு, இருநூறு என ஆரம்பித்து ஐநூறை தொட்டு விட்டது. ★

7. பாகவதர் கிராப்!

பாகவதர் கிராப்!

எல்லா சங்கீத வித்வான்களுக்கும் ஒரு ஆசை இருக்கும். வாழ்க்கையில் ஒருமுறையாவது திருவையாறில் தியாகராஜ ஆராதனை விழாவில் கலந்துகொண்டு பாடவேண்டும் என்பதுதான் அது. பாகவதருக்கு அது ஆசை மட்டுமல்ல, கனவும்கூட. ஆனால் அவருக்கு அந்த வாய்ப்பு மட்டும்ம் கிடைக்கவே இல்லை.

ஒருமுறை தீவிர முயற்சியில் இறங்கினார். இந்த முறை எப்படியாவது பாடிவிடவேண்டும் என்று உள்ளுக்குள் உறுதி எடுத்துக்கொண்டார். பார்க்கவேண்டியவர்களைப் பார்த்தார். பதினைந்து நிமிடங்கள் மட்டும் பாடலாம் என்று வாய்ப்புக் கொடுத்தார்கள். நண்பகல் 12.00 மணிக்கு ஆரம்பித்து 12.15-க்கு முடித்துவிடவேண்டும்.

ஆத்ம திருப்திக்குத்தானே பாடப்போகிறோம், பதினைந்து நிமிடங்களே போதும் என்று பாகவதர் ஒப்புக்கொண்டார். கச்சேரி ஆரம்பமானது. பதினைந்து நிமிடங்கள் கழிந்தன. 'நாழி ஆயிடுத்து. நீங்க

கச்சேரியை முடிச்சுக்கலாம்' - அமைப்பாளர்கள், பாகவதரிடம் கேட்டுக் கொண்டார்கள்.

'நிறுத்தக் கூடாது. பாகவதரைத் தொடர்ந்து பாடச் சொல்லுங்கோ...'

கூட்டத்திலிருந்து ஏகப்பட்ட குரல்கள். அமைப்பாளர்கள் இதைச் சற்றும் எதிர்பார்க்கவில்லை. வற்புறுத்தல் அதிகமாகிக் கொண்டே போனது. அமைப்பாளர்களுக்கு வேறு வழி தெரியவில்லை.

பாகவதர் சந்தோஷமாகத் தொடர்ந்து பாட ஆரம்பித்தார். அமைப் பாளர்களால், கோபமாக முறைத்தபடியே நிற்க மட்டும்தான் முடிந்தது. ரசிகர்களை எதிர்த்துக்கொள்ள முடியவில்லை. பன்னிரண்டு மணிக்குப் பாட ஆரம்பித்த பாகவதர், முடிக்கும்போது மணி மாலை மூன்று.

அடுத்த நாள். தஞ்சாவூர் நாணயக்கார செட்டித் தெருவிலிருக்கும் ராமலிங்க சுவாமிகள் மடத்தில் கூட்டம் நிரம்பி வழிந்தது. பாகவதரின் கச்சேரி அங்கும் மூன்று மணி நேரம் தொடர்ந்தது. திருவையாறிலிருந்த மொத்த கூட்ட்மும் அன்றைக்கு தஞ்சாவூர் வந்துவிட்டது.

மூன்றாவது நாளும் இன்னொரு இடத்தில் கச்சேரிக்கான ஏற்பாடுகளை செய்துவிட்டு பாகவதரை பாடச் சொன்னார்கள். மற்ற சங்கீத வித்வான்களின் கச்சேரிகள் தன்னால் பாதிக்கப்படக் கூடாது என்று மறுத்துவிட்டு, திருச்சிக்கு திரும்பி வந்துவிட்டார் பாகவதர்.

★

மானகிரி லேனா செட்டியாரின் காண்ட்ராக்ட் முடிந்ததும் பாக வதருக்கு அவ்வை டி.கே. சண்முகத்தின் பாய்ஸ் கம்பெனி காண்ட் ராக்ட் கிடைத்தது. சங்கரதாஸ் சுவாமிகளின் நாடகக் குழுவுக்கு அடுத்தபடியாக நாடக உலகத்தில் பாய்ஸ் கம்பெனியைத்தான் செ ால்லவேண்டும். தமிழ் சினிமாவுக்கு நிறைய நடிகர்களைக் கொடுத்தது பாய்ஸ் கம்பெனிதான்.

பாய்ஸ் கம்பெனி என்பது சின்னஞ்சிறு பல்கலைக்கழகம். இங்கு நடிப்பு மட்டுமல்லாமல் நடனம், சண்டை, பாடல் உள்ளிட்ட சகல விஷயங்களும் கற்றுத் தரப்பட்டன. பாய்ஸ் கம்பெனியில் பி.யூ. சி ன்னப்பா, காளி என். ரத்தினம், எம்.கே. ராதா, எம்.ஜி.ஆர், எம்.ஜி.ச க்கரபாணி என்று நிறைய நடிகர்கள் நடிக்கக் கற்றுக்கொண்டார்கள். இப்போது கோடம்பாக்கம் இருப்பது போல, அந்தக் காலத்தில் சி

னிமாவில் நடிக்க சான்ஸ் வாங்குவதற்கான நுழைவாயில் பாய்ஸ் கம்பெனிதான்.

அப்படிப்பட்ட பாய்ஸ் கம்பெனியிலிருந்துதான் பாகவதருக்கு ஸ்பெஷல் அழைப்பு வந்தது. கம்பெனியில் நடிப்பதற்கு ஏகப்பட்ட பேர் இருந்தாலும் பாகவதர் போல் மக்களைப் பாடல்களின் மூலம் வசீகரித்து நடிக்கத்தான் ஆளில்லை.

நாடகத்தில் நிறைய பாட்டு வருவதை மக்கள் ரசிக்க ஆரம்பித்த காலம் அது. சினிமாவில் ஒரு பாட்டுக்கு மட்டும் நடிகை நடன மாடிவிட்டுப் போவது போல, பாகவதர் வந்து ஒரே ஒரு பாட்டைப் பாடிவிட்டு போனாலே போதும் என்கிற நிலைமை. டி.கே. சண்முகமே ஆளனுப்பி பாகவதரை கூட்டிக்கொண்டு பொன்னமரா வதிக்கு வரச்சொல்லியிருந்தார்.

வள்ளி திருமணம் நாடகம் ஆரம்பமானது.

'ஞான குமாரி, நடன சிங்காரி' என்று பாடிக்கொண்டே பாகவதர் மேடைக்கு வந்தார். எதிர்பார்த்தது போலவே கூட்டத்தில் ஏகப்பட்ட கைதட்டல்.

நாடகம் முடிந்தது. மேடைக்கு வந்த பாகவதர் பேசினார். வார்த்தைகளில் தன்னடக்கம் சம்மணம் போட்டு உட்கார்ந்திருந்தது.

'எனக்கு நடிப்பை பற்றியெல்லாம் ஒன்றும் தெரியாது. புதிதாக நாடக மேடைக்கு வந்திருக்கிறேன். நீங்களெல்லாம் பாய்ஸ் கம்பெனி நடிகர்கள். நன்றாக நடிக்கவும் பேசவும் தெரிந்தவர்கள். நான் ஏதாவது தவறு செய்திருந்தா... நீங்கள்தான் அதைச் சரிப்படுத்தவேண்டும்.'

உண்மையில், அன்றைய நாடகத்தில் பாகவதருக்கு வசன உச்ச ரிப்பது அத்தனை சுத்தமாக வரவில்லை. வசனங்களும் சட்டென்று நினைவுக்கு வரவில்லை. அவருடைய தயக்கத்தைப் புரிந்துகொண்டு வசனங்களை நினைவுபடுத்தி உதவி செய்தார் நாரதராக நடித்த தி.க. சண்முகம். பிறகு நாடகம் முடிந்ததும் சண்முகத்துக்கு நன்றி சொன்னார் பாகவதர்.

நாடகத்தில் பாகவதருக்குக் கிடைத்த வரவேற்பை அன்று நேரில் பார்த்த டி.கே. சண்முகத்துக்கு நிறைய ஆச்சரியம். பாகவதர், பிரபல சங்கீத வித்வான் என்பதால் கர்வத்துக்குக் குறைச்சல் இருக்காது என்றே டி.கே.எஸ். நினைத்திருந்தார். ஆனால் பாகவதரின் பேச்சு, அந்த நினைப்பைத் தவிடு பொடியாக்கியது.

ஜெ. ராம்கி

அடுத்த நாளும் அதே நாடகம். வேலனாக பாகவதர் நடிக்க, நாரதராக நடிக்க முன் வந்தது டி.கே.எஸ்தான். ஏகப்பட்ட கூட்டம். பொன்னமராவதியில் நாடகம் நடத்தியதில் வசூலில் ரெக்கார்ட் பிரேக் செய்த நாடகம் அதுதான்.

ஒரு பக்கம் சொந்தமாக பவளக்கொடி, வள்ளி திருமணம் நாடகம். இன்னொரு பக்கம் நாள் சம்பளத்துக்கு மற்ற நாடக கம்பெனியின் நாடகங்களின் நடிப்பது என பாகவதரின் நாடக வாழ்க்கை எக்ஸ்பிரஸ் வேகத்தில் போய்க்கொண்டிருந்தது.

கண் பட்டுவிட்டது போல. பாகவதர் நோயில் விழுந்தார். பெரியம்மை.

பையன் பிழைத்து எழுந்தால், தஞ்சை மாரியம்மனுக்கு முடி காணிக்கை செய்வதாக வேண்டிக்கொண்டார்கள். இரண்டே மாதத்தில் பாகவதர் மீண்டும் உற்சாகமாக நடிக்கத் தொடங்கினார். அதுவரை பாகவதரை விட்டு இணை பிரியாமல் இருந்தது அவரது குடுமி. நாடகங்களில்கூட குடுமியை மறைத்து விக் வைத்து நடித்துக் கொண்டிருந்தார்.

ஆசையாக வளர்த்த குடுமிதான். வேண்டுதலை நிறைவேற்ற வேண்டுமே. தஞ்சை மாரியம்மன் கோவிலில் முடி காணிக்கை செலுத்தினார். அதற்குப் பின் பாகவதர் குடுமி வைத்துக் கொள்ள வில்லை. தலைமுடியையும் வெட்டிக்கொள்ளவில்லை. முடியும் வளர்ந்து வளர்ந்து, ஒரு கட்டத்தில் நின்று விட்டது. அதுதான் பாகவதர் கிராப்.

அந்தத் தலைமுடியை ஒருமுறையாவது தொட்டுவிட மாட்டோமா என்று பாகவதரைச் சுற்றி சுற்றி வந்தவர்கள் நிறைய.

ஒரு தடவை மன்னார்குடியில் மூன்று நாள்கள் மெகா நாடகத் திருவிழா நடந்தது. வள்ளித் திருமணம், கோவலன், பவளக்கொடி என மூன்று நாடகங்கள் அடுத்தடுத்து நடந்து கொண்டிருந்தன. மூன்று மணி நேர நாடகம் என்று சொன்னாலும் இரவு பத்து மணிக்கு ஆரம்பித்தால் கீழ் வானம் சிவக்கும் வரை நாடகம் தொடர்ந்து நடந்து கொண்டிருக்கும். இடைவேளை நேரத்தில் கும்பகோணத்திலிருந்து ரசிகர் ஒருவர் வந்திருந்தார், கையில் ஒரு புத்தம் புது சீப்பு.

சீப்பை கையிலெடுத்த அந்த ரசிகர் பாகவதரிடம் நீட்டினார்.

'இந்தச் சீப்பால தலையை வாரிக்கோங்க...'

பாகவதருக்கு புரியவில்லை. சரி, தலைமுடி கலைந்திருக்கிறது போல என்று அந்தச் சீப்பை வாங்கி வாரிக் கொண்டார். பாகவதர் சீப்பைத் திருப்பிக் கொடுத்ததும் கர்மசிரத்தையாக அதை வாங்கி பைக்குள் வைத்துக்கொண்டார் அந்த ரசிகர். யாருக்கும் எதுவும் புரியவில்லை.

தன் பையைத் திறந்து இன்னொரு பழைய சீப்பை எடுத்த அந்த ரசிகர், பாகவதரிடம் காட்டினார்.

'இது நீங்க பொள்ளாச்சிக்கு நாடகத்துக்காக வந்தபோது கொடுத்த சீப்பு. உங்க ஞாபகார்த்தமாத்தான் வெச்சுருக்கேன். பல் உடைஞ்சு போனதால புது சீப் வாங்கி எடுத்துட்டு வந்தேன்.'

இந்த அளவுக்கு அன்பு கொண்ட ரசிகர்கள் இருக்கிறார்களா என்று பாகவதர் வாயடைத்துப் போனார். ★

8. இலங்கையில் இழந்த உயிர்!

இலங்கையில் இழந்த

பாகவதரின் நாடகவுலக வெற்றிகளுக்குப் பின்னணியில் இருந்த நடேச ஐயருக்கு பணத்தட்டுப்பாடு. பாகவதரின் வீட்டில் யாருமில்லாத நேரமாகப் பார்த்து அவரைச் சந்திக்க வந்தார். பாகவதரின் தந்தை கிருஷ்ணமூர்த்திக்கும் நடேச ஐயருக்கும்தான் ஆகாதே. 'நீங்கள் பணமாகக் கொடுத்து உதவ வேண்டும் என்பதில்லை. மூன்று நாடகங்கள் நடித்துக் கொடுத்தாலே போதும்' என்றார் நடேச ஐயர். பாகவதரும் ஒப்புக்கொண்டார்.

திட்டமிட்டபடி, கோயம்புத்தூரில் நாடகம் நடத்த ஏற்பாடு செய்யப்பட்டது. எதிர்பார்த்தது போலவே, கிருஷ்ணமூர்த்தியிடமிருந்து பலத்த எதிர்ப்பு. காரணம் அவர், பாகவதருக்குத் திருமண நாளைக் குறித்துக் கொண்டிருந்தார்.

'இங்க பாருப்பா, அடுத்த வாரம் உனக்குக் கல்யாணம். பொண்ணுக்கு சொந்த ஊர் தஞ்சாவூர். பெயர் கமலம். இந்த நேரத்துல நீ நாடகம் போட கோயமுத்தூருக் கெல்லாம் போகக் கூடாது.'

பாகவதர் சளைக்கவில்லை. 'எனக்கும் சம்மதம்தான். கல்யாணத் துக்கு குறுக்கே நான் நிற்கவில்லை; நீங்களும் வாத்தியாருக்காக நான் நடிக்கிற நாடகத்தை வேண்டாம்னு சொல்லிடாதீங்க.'

கிருஷ்ணமூர்த்தி கடைசி வரை நாடகத்துக்குச் சம்மதிக்கவேயில்லை. நண்பர்களைச் சந்திக்க தேவகோட்டைக்குப் போவதாக சொல்லி விட்டுக் கிளம்பினார் பாகவதர். அப்பாவுக்குத் தெரியாமல் அங்கிருந்து கோயம்புத்தூர் போவதாகத் திட்டம்.

விஷயம் தெரிந்த கிருஷ்ணமூர்த்தி, தேவக்கோட்டைக்கே வந்து, பாகவதரிடம் சண்டை போட ஆரம்பித்தார். பாகவதரின் நண்பர்கள் தான் அவரை பலவந்தமாகப் பிடித்துக் காரில் ஏற்றி திருச்சிக்கு அனுப்பி வைத்தார்கள்.

கோயம்புத்தூர் நோக்கி பாகவதரின் கார் கிளம்பியது. திருச்சியைத் தாண்டியதுமே காரின் டயர் வெடித்தது. ஸ்டெப்னி மாற்றிவிட்டு கிளம்பினார்கள். அடுத்த பத்தாவது கிலோ மீட்டரில் இன்னொரு டயரும் வெடித்தது. பாகவருக்கோ ஒரே நெருடல். நாடகவுலகத்தில் தன்னைப் பெரிய ஆளாக்கிய குருவுக்குச் செய்யும் தட்சிணைதானே இது என்று மனத்தைச் சமாதானப்படுத்திக்கொண்டு நண்பர்களோடு நடக்க ஆரம்பித்தார்.

கரூர் செல்லும் பாதையில் சலசலவென்று ஓடும் பவானி ஆற்றில் குளித்து விட்டு திரும்பும்போதுதான் பாகவதர் தவிர வேறு யாருக்குமே மாற்று உடைகள் இல்லை என்பது தெரிய வந்தது. பாகவதரின் பெட்டியைத் திறந்து பார்த்தால் அதில் இருந்தவை யெல்லாமே சரிகை வேட்டிகளும், சரிவை அங்கவஸ்திரங்கள், சில்க் ஜிப்பாக்கள். பாகவதர் தயங்கவேயில்லை. தன்னிடமிருந்த எல்லா சரிகை வேட்டிகளையும் வெளியே எடுத்து நண்பர்களிடம் கொடுத்து உடை மாற்றிக்கொள்ளச் சொன்னார்.

கோயம்புத்தூர். சரிகை வேஷ்டி, சில்க் ஜிப்பா சகிதம் பாகவதரும் அவரது நண்பர்களும் நாடகம் ஏற்பாடு செய்திருந்த இடத்துக்குச் சென்றனர். யாருமில்லை. நடேச ஐயரையும் காணோம். தந்தையின் பேச்சை மீறி வந்ததை நினைத்து வருத்தப்பட்ட பாகவதர், உடனே ஊருக்குத் திரும்பினார்.

திருச்சிக்கு வந்து சேர்ந்த மூன்றாவது நாளே, பாகவதருக்குக் கல்யாணம்.

திருமண நாளன்று எஸ்.டி. சுப்புலட்சுமியின் 'ஹரிகதா காலட்சேபம்' ஏற்பாடு செய்யப்பட்டிருந்தது. அதுவரை நாடகங்களுக்கு

ஹார்மோனியம் வாசித்துக் கொண்டிருந்த ஜி. ராமநாதனை மேடையேற்றி பாடச் சொன்னார் பாகவதர். அவர்தான் பின்னாளில் சினிமாவில் பாகவதரின் வெற்றிக் கூட்டணியில் ஒருவராக இருந்த இசையமைப்பாளர் ஜி. ராமநாதன்.

பாகவதர் சினிமாவுக்கு வரும்வரை அவரது குடும்பம் திருச்சியில்தான் இருந்தது. பாகவதருக்கு சுசீலா, சரோஜா என இரண்டு பெண்களும் ரவீந்திரன் என்னும் மகனும் பிறந்தார்கள்.

பிள்ளைகளை நல்ல முறையில் படிக்க வைப்பதற்காக பாகவதரின் குடும்பம் பெங்களூர் காந்தி நகருக்கு இடம் பெயர்ந்தது. பாகவதரும் சென்னை, பூனா, பம்பாய், கோவை என பரபரப்பாக இயங்கிக் கொண்டிருந்தார். மாதத்தில் என்றைக்காவது ஒருநாள்தான் பெங்களூருக்கு வருவார். வந்தாலும் ஓட்டலில்தான் தங்குவார். ஏதோ கெஸ்ட் போல் அவ்வப்போது வீட்டுக்கு வந்து பிள்ளைகளைப் பார்த்துவிட்டுச் செல்வார்.

பிள்ளைகளைப் பள்ளியில் சேர்க்க பெற்றோர்கள், முக்கியமாக பிள்ளையின் அப்பா சென்றாக வேண்டுமே. பாகவதரின் பிள்ளைகள், அவரது பெங்களூர் விஜயத்துக்காக மாதக்கணக்கில் காத்திருந்தார்கள். மனைவி கமலமோ, கணவரை ஏறெடுத்துப் பார்த்து ஒரு வார்த்தை கூடப் பேசமாட்டார்.

பிள்ளைகளுக்கு ஸ்பெஷல் டியூஷன் சொல்லிக்கொடுத்த டீச்சர்தான் உதவிக்கு வந்தார். பிள்ளைகளின் படிப்பு வீணாவதாகப் பாக வதரிடம் பேசி, உடனே பெங்களூர் வரச்சொல்லியிருந்தார். ஒரு வழியாக பாகவதர் தம் பிள்ளைகளை அழைத்துக் கொண்டு பள்ளிக்கு வந்தார். அவ்வளவுதான், பள்ளிக்குழந்தைகளும் ஆசிரியர்களும் ஆர்வத்தோடு அவரைச் 'ழ்ந்து கொண்டார்கள். அவரைத் தொட்டுப் பார்த்தார்கள். கிராப்பைத் தொட்டு மகிழ்ந் தார்கள். ஏகப்பட்ட கேள்விகள் கேட்டு அவரைத் திக்குமுக்காட வைத்துவிட்டனர். ஒருவழியாக பிள்ளைகளைப் பள்ளியில் சே ர்த்துவிட்டு திரும்பினார் பாகவதர்.

திருநீலகண்டர் படம் வெளியான நேரத்தில்தான் பாகவதருக்கு இரண்டாவது திருமணம் நடைபெற்றது.

தஞ்சாவூரைச் சேர்ந்த ராஜம்மாள், பாகவதரின் இரண்டாவது மனைவி. சென்னையில் இருந்த காலங்களில் பாகவதர் ச ாரங்கபாணித் தெருவில் ராஜம்மாளுடன்தான் வசித்துவந்தார்.

பாகவதருக்கு கோவிந்தராஜன், சண்முகம் என இரண்டு தம்பிகள். அண்ணணைப் போலவே கோவிந்தராஜனுக்கும் இசைக் கச்சேரி களில் ஆர்வம் அதிகம். அடுத்த தம்பி, சண்முகம். பின்னாளில் பாகவதர் சொந்தப் படங்கள் எடுத்தபோது அவருக்கு உதவியாக இருந்தார். மேலும், அமிர்தவல்லி, புஷ்பவல்லி, பங்கஜவல்லி என மூன்று தங்கைகளும் பாகவதருக்கு உண்டு.

தன்னுடன் உடன் பிறந்தவர்களின் பிள்ளைகளையும் தன் பிள்ளை போல பார்த்துக் கொண்டார் பாகவதர். பண விஷயத்தில் பாகவதர் எப்போதுமே தாராளம்தான். தங்கைகளின் வீடுகளுக்கு போனால் நேராக பூஜையறைக்குச் சென்று சுவாமி படத்தின் கீழ் பணத்தை வைத்துவிட்டு வந்துவிடுவார். தான் கொடுத்தாலும் தம்பி, தங்கைகள் கைநீட்டி வாங்க மாட்டார்கள் என்பதாலேயே அப்படிச் செய்து கொண்டிருந்தாராம்.

★

தமிழ்நாட்டில் மட்டுமல்ல, மற்ற இடங்களிலும் பாகவதரின் புகழ் பரவிக் கொண்டிருந்தது. இலங்கை, சிங்கப்பூர், மலேசியா வாழ் தமிழர்கள் வசிக்கும் பகுதிகளிலிருந்தும் நாடகம் நடத்த பாக வதருக்கு வாய்ப்புகள் குவிய ஆரம்பித்தன. நாடகத்துக்காக பாகவதர் இரண்டு முறை இலங்கை சென்று வந்தார். இரண்டாவது முறை போகும்போதுதான் கிருஷ்ணமூர்த்தியும் உடன் வருவதாகச் செ ான்னார்.

இலங்கையில் பாகவதர் சென்ற இடமெல்லாம் மக்கள் கூட்டம். நாடக வசூலில் எந்தக் குறையுமில்லை. வெளிநாட்டிலும் தன் மகனுக்குக் கிடைத்த மகத்தான வரவேற்பைப் பார்த்து மனம் குளிர்ந்து போனார் கிருஷ்ணமூர்த்தி. அன்று இரவு குளியலறையில் தடுமாறி விழுந்த கிருஷ்ணமூர்த்தியின் தலையை அங்கிருந்த கூரான வாளியின் முனை தாக்கியது. மயங்கிச் சரிந்தார். முந்தைய நாள் இரவு கீழே விழுந்த அவரை மறுநாள் காலையில்தான் பார்த்தார்கள். ரத்த வெள்ளத்தில் அங்கேயே இறந்து போயிருந்தார் அவர்.

தந்தையின் ஈமச்சடங்குகளை திருச்சியில் செய்யவேண்டும் என்பது பாகவதரின் விருப்பம். இலங்கையிலிருந்து இந்தியாவுக்குச் சடலத்தை எடுத்துச் செல்வது அப்போது சுலபமான விஷயமல்ல. எவ்வளவு செலவானாலும் ஏற்றுக்கொள்ள பாகவதர் தயாராக இருந்தார்.

தீவிர முயற்சிகளுக்குப் பிறகு உடலை எடுத்துச்செல்வதற்கு அனுமதி கிடைத்தது. தலைமன்னாரிலிருந்து திருச்சிக்குச் சடலத்தை எடுத்துவந்தார்கள். விபத்தில் இறந்தவரின் சடலத்தை சொந்த வீட்டுக்குள் எடுத்து வரக்கூடாது என்றார்கள். சடலத்தைப் பொது மக்களின் பார்வைக்கு வைப்பதற்காக பாகவதர் தனது பெரியம்மா வின் வீட்டையே விலைகொடுத்து வாங்கினார்.

பாண்டு வாத்தியம் முழங்க, திறந்த காரில் உயரமாக அமைக்கப் பட்டிருந்த மேடையின்மேல் கிருஷ்ணமூர்த்தியின் சடலம் வைக்கப் பட்டது. காருக்கு முன்னால் பாகவதர் நடக்க, ஆயிரமாயிரம் மக்கள் அவரைப் பின்தொடர்ந்தார்கள்.

தந்தையை இழந்த சோகம், பாகவதரை நிறையவே பாதித்தது. நான்கு மாதங்களுக்கு எந்த நாடகத்திலும் பாகவதர் நடிக்கவில்லை.

பொதுவாக பாகவதர் நாடகம் நடத்துவதாக ஒப்புக்கொண்டார் என்றால் அதை முடிக்காமல் விட்டதில்லை. நாடகமோ, கச்சேரியோ தாமதமாக வேண்டுமானால் வாய்ப்புண்டு. ஆனால் எதையும் பாகவதர் ரத்து செய்ததில்லை. அந்தக் காலத்தில் பிரபலமாக இருந்த விளாத்திகுளம் சுவாமிகளுக்கு நிதி திரட்ட நாடகம் நடத்திக்கொடுப்பதாக ஒப்புக்கொண்டார்.

மதுரைக்குப் பக்கத்தில் ஒரு கிராமத்தில் நாடகத்துக்கு ஏற்பாடு செய்திருந்தார்கள். காரில் தனது நாடகக் குழுவோடு கிளம்பினார். வழியில் காட்டாற்று வெள்ளம். காரை நகர்த்த முடியவில்லை. இருட்ட ஆரம்பித்துவிட்டது. இரவு பத்து மணிக்குள் அங்கே போய்ச் சேர்ந்து நாடகத்தை ஆரம்பித்தாக வேண்டும். வெள்ளம் வடிவதாக இல்லை.

பாகவதருக்கு உதவ, ஒரு மாட்டு வண்டியும் அதில் காஸ்லைட் ச கிதம் ஆட்களும் வந்திருந்தார்கள். மற்றவர்களையெல்லாம் மாட்டு வண்டியில் ஏற்றிவிட்டு பாகவதர் சகதியில் நடக்க ஆரம்பித்தார்.

வெள்ளத்திலும் சகதியிலும் சிக்கி நாடகம் நடக்கும் இடத்துக்கு வந்து சேரவே நடு நிசியாகிவிட்டது. அதற்குப் பின்னர் நாடகத்தை ஆரம்பித்தார்கள். நாடகத்தை முடிப்பதற்குள் பொழுதுவிடிந்து விட்டது.

பாகவதரின் குழு கிளம்பத் தயாரானது. திரும்பவும் அதே வெள்ளம், சகதி. அக்கரையிலிருக்கும் காரை அடைய வேண்டுமானால் நடந்துதான் போகவேண்டும். பக்க வாத்தியக்காரர்களோ களைத்துப் போயிருந்தார்கள்.

எம்.கே.தியாகராஜ பாகவதர் 48

பாகவதர் எல்லோரையும் சவாலுக்கு அழைத்தார். 'யார் இந்த ச கதியில் நடந்து முதலில் ஆற்றை கடக்கிறார்களோ, அவர்களுக்கு நான் நூறு ருபாய் கொடுத்துவிடுகிறேன்.'

சொன்னபடியே கிடுகிடுவென்று நடந்து முன்னால் கடந்தவர்களுக்கு நூறு ரூபாயை கொடுக்கவும் செய்தார்.

சேலத்தில் பொருட்காட்சி. பாகவதர் பாட வந்திருந்தார். பாகவதரின் கச்சேரிக்காகவே பெரிய அளவில் கொட்டகை ஏற்பாடு செய்திருந் தார்கள். கச்சேரியைக் கேட்கும் ஆர்வத்தில் மக்கள் பொருட் காட்சியைச் சுற்றியிருந்த தட்டிகளையெல்லாம் பிய்த்து எறிந்துவிட்டு உள்ளே நுழைய ஆரம்பித்துவிட்டார்கள். பொருட்காட்சியைச் சு ற்றியிருந்த மரங்கள், மின்சார கம்பங்கள் என எங்கெங்கு திரும்பி னாலும் ரசிகர்கள் கூட்டம்.

'ஆதியே, பரஞ்சோதியே...' தேவமனோகரி ராகத்தில பாகவதர் பாட ஆரம்பித்தார். கூட்டத்தில் நிசப்தம்.

கச்சேரிக்கு நடுவே பாகவதரை ஃபோகஸ் செய்து கொண்டிருந்தார் ஒரு ஃபோட்டோகிராபர்.

'எனக்கும் ஒரு காப்பி' என்றார் பாகவதர்.

போட்டோகிராபர், 'அவசியம் தருகிறேன்' என்றார்.

'உங்களைக் கேட்கவில்லை; இவரைக் கேட்கிறேன்' என்று பாகவதர் தமக்கு பக்கத்தில் உட்கார்ந்து கூஜாவிலிருந்து காப்பியை டம்ளரில் ஊற்றிக் குடித்துக்கொண்டிருந்த மிருதங்க வித்வானைக் காட்டினார்.

கூட்டம் கலகலப்பானது.

கச்சேரி விறுவிறுப்பான நடந்து கொண்டிருந்த நேரத்தில்தான் தூரத்திலிருந்து ஒரு 'அய்யய்யோ...'

மின்சாரக் கம்பத்தில் தொங்கிக்கொண்டிருந்த இரண்டு பேர் மின்ச ாரம் தாக்கித் தரையில் விழுந்துகிடந்தார்கள்.

பாகவதர், கச்சேரியை நிறுத்தினார். கச்சேரியை நிறுத்த வேண்டாம், தொடர்ந்து பாடுங்கள் என்றார்கள் ரசிகர்கள். 'மன்னிக்கவும். எனக்கு மனது சரியில்லை; மேற்கொண்டு என்னைப் பாடச்சொல்லி வற்புறுத்தாதீர்கள்' என்றார் பாகவதர்.

கூட்டம் கலையவில்லை. பாடச்சொல்லி ரசிகர்கள் தொடர்ந்து வற்புறுத்தவே, வேறு வழியின்றி பாகவதரும் கச்சேரியைத்

தொடர்ந்தார். கச்சேரி முடிந்ததும், பாகவதரைத் தேடி நண்பர் ஒருவர் வந்தார்.

‘மின்சாரம் தாக்கிச் செத்தாங்களே இரண்டு பேர், அவங்க குடும்பத்துக்குத் தலைக்கு ஆயிரம் ரூபாய் கொடுக்கிறதா சொல்லுங்க. நாளைக்கு எல்லாப் பத்திரிக்கையிலும் கொட்டை எழுத்தில் உங்களைப் பத்தி செய்தி வர ஏற்பாடு பண்ணிடறேன்.’

பாகவதர் சிரித்தார். ஒன்றும் சொல்லாமேலேயே தலையைத் திருப்பிக்கொண்டு கிடுகிடுவென்று போய்விட்டார்.

அடுத்தநாள் பத்திரிகைளில், சேலம் பொருட்காட்சியில் நடந்த சம்பவம்தான் தலைப்புச் செய்தி. பரபரப்பு எல்லாம் அடங்கியதும், யாருக்கும் தெரியாமல் சம்பந்தப்பட்ட குடும்பத்தினருக்கு உதவிகள் செய்தார் பாகவதர். எதையும் விளம்பரப்படுத்திக் கொள்ளவில்லை.

நாடகத்துக்கோ, கச்சேரிக்கோ எந்த ஊருக்கு வந்தாலும் பாகவதர் செய்யும் முதல் வேலை அங்கிருக்கும் கோயிலுக்குப் போவதுதான். பாகவதர் கார் ஊருக்குள் வந்ததுமே மக்கள் கோயில் வாசலுக்குப் போய் காத்திருப்பார்கள். கோயில் தரிசனம் முடிந்ததும் நேராக நாடகக் கொட்டைக்கு வந்துவிடுவார்.

நாடகம் ஆரம்பிக்கும் வரை அதில் நடிக்கும் ஹீரோ வருவாரா, மாட்டாரா என்கிற சஸ்பென்ஸ் இருக்கும். நாடக கம்பெனிகளும் இந்த சஸ்பென்ஸை விரும்புவார்கள். மக்கள் ஏமாறுவதைப் பற்றி யாரும் கவலைப்படமாட்டார்கள்.

பாகவதருக்கு இதெல்லாம் பிடிக்காது. இதைத் தவிர்ப்பதற்காகவே ஊருக்குள் வந்ததும் பொதுவிடங்களில் உலா வருவார் பாகவதர். யாரையும் எதற்காகவும் காத்திருக்க வைத்து ஏமாற்றக் கூடாது என்பது அவரது கொள்கை.

ஒருமுறை ஜலகண்டபுரத்தில் பாகவதரின் பவளக்கொடி நாடகம் ஏற்பாடு செய்யப்பட்டிருந்தது. மழை கொட்டோ கொட்டென்று கொட்டியது. நாடகத்தை இன்னொரு நாள் வைத்துக்கொள்ளலாம். அதுவரை இங்கேயே தங்கியிருந்து, நாடகத்தை முடித்துவிட்டு திரும்பிப்போகிறேன் என்றெல்லாம் பாகவதர் சொல்லிப்பார்த்தார். கூட்டம் கேட்கவில்லை.

மழையாக இருந்தாலும் பரவாயில்லை; நாடகத்தை ஆரம்பித்து விடுங்கள் என்றார்கள். நாடகம் முடியும் வரை மழை நிற்கவே

யில்லை. மக்களும் கலைந்து போகாமல் கொட்டும் மழையில் நின்று நாடகத்தைக் கண்டு ரசித்தார்கள்.

நாடகம், கச்சேரி என எதுவாக இருந்தாலும் சாதகம் செய்யாமல் பாகவதர் இருந்ததில்லை. தன்னிடமுள்ள குறைகள் பற்றி காது கொடுத்துக் கேட்பார். கச்சேரிகளில் எத்தனையோ ஸ்பீக்கர் இருந் தாலும் தன்னுடைய பக்கமும் ஒரு ஸ்பீக்கர் இருக்குமாறு பார்த்துக் கொள்வார். தாம் பாடுவதில் உள்ள குறைகளை உடனே உணர்ந்து, சுதாரித்து, கச்சேரியை நல்லவிதமாக நடத்துவதில் பாகவதர் கெட்டிக்காரர்.

இடத்துக்கு ஏற்றபடி பாடக்கூடியவர் பாகவதர். சங்கீத வித்வான்கள் நிறைந்திருக்கும் இடத்தில் சினிமாப் பாட்டைப் பாடவே மாட்டார். அதுபோல, கோயில் திருவிழா, திருமண விழா போன்றவற்றில் பாடும்போது கூடியிருக்கும் கூட்டத்தை ஒருமுறை கண்களால் அளந்துவிட்டு அவர்களுக்கு ஏற்றபடி பாடல்களை தேர்ந்தெடுத்துப் பாடி, மக்களைக் குஷிப்படுத்துவார்.

பாகவதர் பாடல்களில் கையாண்ட ராகங்கள், சாமானியனுக்கும் புரியும்படி, அவனே ரசித்து பாடும்படி இருக்கும். தன் சங்கீதத் திறமையை, மேதாவிலாசத்தை வெளிச்சம் போட்டுக் காட்டுவதற் கென்றே, சிக்கலான ராகங்களைக் கையிலெடுக்க மாட்டார். மெத்தப் படித்த மேதைகள்போல சக கலைஞர்களைக் குறை செ ால்ல மாட்டார். பாடுவதற்குக் கற்றுக்கொள்ள ஆரம்பித்தவர்களை பாகவதர் தட்டிக் கொடுப்பதுண்டு. ஆனால் யாரையும் குற்றம், குறை சொன்னதில்லை.

ஒரு சமயம் பாகவதர், விளாத்திகுளம் சுவாமிகளுடன் திருச்சி யிலிருந்து சென்னைக்கு காரில் வந்து கொண்டிருந்தார். அப்படி வரும்போதெல்லாம் காரின் ஹாரனையே சுருதியாக வைத்துக் கொண்டு பாகவதரும் சுவாமிகளும் மாறி மாறிப் பாடிக்கொண்டே வருவது வழக்கம்.

சென்னை வந்து சேருவதற்குள் இருட்டிவிட்டது. பாகவதர் தன்னுடைய பங்களாவிலேயே சுவாமிகளை தங்கச் சொன்னார். சாப்பாட்டுக்குப் பின்னர் திரும்பவும் பாட்டுக் கச்சேரி ஆரம்பமானது.

விளாத்திகுளம் சுவாமிகள் பாட ஆரம்பித்தால் சண்முகப்ரியா, சிந்து பைரவி, புன்னாகவராளி ராகங்களில் அமைந்த பாடல்களை மட்டுமே பாடுவார். இந்தமுறை புன்னாகவராளி ராகத்தை

சுவாமிகள் எடுத்துக்கொடுக்க பாகவதர் தொடர்ந்தார். பாகவதர் பாடப் பாட கண்ணெதிரே வந்து நின்றது ஒரு நல்ல பாம்பு.

விளாத்திகுளம் சுவாமிகளுக்கு ஆச்சரியம். எத்தனையோ இரவு களில், பாம்புகள் நிறைந்திருக்கும் ஊர்களில் புன்னாகவராளி ராகத்தில் பாடியிருக்கிறேன். எந்தப் பாம்பும் வந்ததில்லை. இங்கே சென்னைப் பட்டணத்தில் பாகவதர் பாடியதும் எங்கிருந்தோ பாம்பு வந்துவிட்டதே என்று பாகவதரை வெகுவாகப் பாராட்டினார்.

சங்கீதக் கச்சேரியோ, நாடகமோ, யாருக்கு அதிகக் கூட்டம் கூடு கிறது என்பதுதான் முக்கியமான விஷயம். இரண்டு மேடையிலும் பிரபலமாக இருக்கும் பாகவதரை வெள்ளித்திரையும் வரவேற்றது.

எத்தனையோ பேருக்குக் கிடைக்காத சினிமா வாய்ப்பு, பாகவதருக்கு கிடைத்ததற்குக் காரணம் பாகவதருக்கு கூடிய கூட்டம்தான். தன் னுடைய நடிப்புத்திறமையை விட தன்னுடைய பாட்டுத் திறமைக் காகத்தான் சினிமா சான்ஸ் தேடி வந்தது என்பதை பாகவதரே ஒப்புக்கொண்டிருக்கிறார். அவர் வெளிப்படையாகவே சொல்லும் விஷயம் இதுதான்.

‘எனக்கு நடிப்பு அதிகமா வராது. ஆண்டவன் ஏதோ நல்ல சாரீ ரத்தைக் கொடுத்திருக்கான். அதை வெச்சுக்கிட்டு ஏதோ பாடிட்டிருக் கேன். ஜனங்களும் என்னிடம் பாட்டைத்தான் எதிர்பார்க்கிறாங்க. நடிப்பைப் பத்தியெல்லாம் என்கிட்டே எதிர்பார்க்காதீங்க.’ ★

9. திரைப் பிரவேசம்

திரைப் பிரவேசம்

காரைக்ண்டியில் பாகவதரின் பவளக்கொடி நாடகம் நடந்து கொண்டிருந்தது. மேடையில் நம்பர் ஒன் ஜோடியான அதே பாகவதர் - எஸ்.டி. சுப்புலட்சுமி ஜோடி. அர்ஜுனனாக பாகவதர். பவளக்கொடியாக எஸ்.டி. சுப்புலட்சுமி. நாடகம் பார்க்க வந்திருந்த பிரமுகர்களில் காரைக்குடி மானகிரி லேனா செட்டியாரும் ஒருவர்.

தமிழ்நாட்டில் இங்கிலாந்து கார் வேண்டுமென்றால் லேனா செட்டியாரைத்தான் பார்க்கவேண்டும். அறுபது வருஷங்களுக்கு முன்னாலேயே கார்களை இந்தியா வுக்கு இறக்குமதி செய்து தென்மாவட்டங்களில் விநி யோகஸ்தராக இருந்தவர் லேனா செட்டியார்தான். ஃபோர்ட், செவர்லட் காரோடு வெள்ளியால் செய்யப் பட்ட ஓரடி கிருஷ்ண விக்ரகத்தையும் அன்பளிப்பாகத் தருவார்.

கிருஷ்ணா பிக்சர்ஸ் என்ற பெயரில் படமெடுக்க வேண்டும் என்பது லேனா செட்டியாரின் நீண்ட நாள்

ஆசை. தன்னுடைய நண்பர் இயக்குநர் கே. சுப்ரமணியத்திடம் இதுபற்றித்தான் பேசிக்கொண்டிருந்தார். டைரக்டர் கே.சுப்ரமணியம் மௌனப் படங்கள் வந்து கொண்டிருந்த காலத்திலேயே முன்னணி இயக்குநர்.

ஏதாவது ஒரு நாடகம் வெற்றிகரமாக நடந்தால் அதைப் படமாக்குவது தான் அப்போதைய தமிழ் சினிமாவின் டிரெண்ட். லேனா செட்டியாருக்கு பாகவதரின் பவளக்கொடி நாடகம் பிடித்திருந்தது. அதையே சினிமாவாக எடுத்துவிடலாமா என்று கே. சுப்ரமணியத்தை கேட்க, அவரும் ஒப்புக்கொண்டார். உடனே இருவரும் களத்தில் இறங்கினார்கள்.

நாடகம் முடிந்ததும் பாகவதரைச் சந்தித்து அனுமதி கேட்டார்கள். படத்தில் பாகவதரே ஹீரோவாக நடிக்கவேண்டும் என்றார்கள். பாகவதர் - சுப்புலட்சுமி ஜோடிக்கு நல்ல வரவேற்பு இருந்ததால், இரண்டு பேரையுமே ஒப்பந்தம் செய்துவிடவேண்டும் என்பது அவர்களது எண்ணம். உடனிருந்த எஸ்.டி. சுப்புலட்சுமியும் ஒப்புக் கொண்டார்.

பவளக்கொடியை சினிமாவாக எடுப்பது பற்றி பாகவதருக்கே ஒரு யோசனை இருந்தது. சினிமாவுலகம் பற்றி அனுபவமில்லாத நேரத்தில், எப்படிப் படமெடுப்பது என்று தயங்கி திட்டத்தை ஒத்திப்போட்டிருந்தார். லேனா செட்டியாருடன் கே. சுப்ரமணியமும் வந்து கேட்கவும், மறுக்காமல் உடனே ஒப்புக்கொண்டார்.

மற்ற விஷயங்களைப் பேசி முடிவு செய்த பின்னர் கடைசியாக செட்டியார், பாகவதரிடம் சம்பளம் பற்றிக் கேட்டார்.

'படத்தில் நடிக்க நீங்க என்ன எதிர்பார்க்கிறீங்க?'

'இதுவரைக்கும் நான் யார் கிட்டேயும் கேட்டு வாங்கியதில்லை. அவங்களாகவே கொடுக்கிறதைத்தான் வாங்கிக்கிறேன். அதேபோல, நீங்களும் கொடுக்கறதைக் கொடுங்கள்.'

பவளக்கொடிக்காக பாகவதர் வாங்கியது குறைவான சம்பளம்தான். ரூபாய் ஆயிரம். ஒருநாள் நாடகத்தில் நடிக்கவே சம்பளமாக நானூறு ரூபாய் வாங்கிக்கொண்டிருந்தவர் சினிமாவுக்காக நிறையவே குறைத்துக்கொண்டார். எஸ்.டி. சுப்புலட்சுமிக்கு ரூபாய் இரண்டாயிரமும், படத்தை இயக்கிய கே.சுப்ரமணியத்துக்கு 750 ரூபாயும் சம்பளமாகக் கிடைத்தது.

அடையாறில் இருந்த மீனாட்சி சினிடோன் என்னும் ஸ்டுடியோ வில்தான் படப்பிடிப்பு ஆரம்பமானது.

எம்.கே.தியாகராஜ பாகவதர் 54

உள்ளே நுழைந்ததும் ஒரு பிள்ளையார் கோயில், பக்கத்தில் அழகான புல்வெளி, பஸ் ஸ்டாண்ட் செட், உயர்ந்த கட்டிடங்கள் என சினிமா ஸ்டுடியோவுக்கே உரிய லட்சணம் எதுவும் அப்போது அங்கு இல்லை. ஸ்டுடியோ என்றாலே அது வெட்ட வெளிதான். அதில் தேவைக்கேற்ப தென்னங்கீற்று, மரக்கழி வைத்து கொட்டகை யினால் செட் போட்டு படமாக்குவார்கள்.

கிடைக்கும் 'ரிய வெளிச்சத்தில்தான் படப்பிடிப்பு நடத்தியாக வேண்டும். இருட்டினாலோ, வானத்தில் மேக மூட்டம் இருந்தாலோ டைரக்டர் பேக்-அப் சொல்லிவிடுவார்.

படப்பிடிப்பு நடக்கும்போதே பின்னணி இசையையும் சேர்த்தாக வேண்டும். நடிகர்களும் பாடிக்கொண்டே நடித்தாக வேண்டும். பாடும்போது ஸ்ருதி தப்பக்கூடாது. இரண்டு வேலைகளையும் ஒரே நேரத்தில் ஒழுங்காகச் செய்வது எளிதான விஷயமல்ல.

அதுவும் படத்தில் ஒரு பாடல் என்றால் பரவாயில்லை. ஒன்றா? இரண்டா? குறைந்தது இரண்டு டஜன் பாடல்களாவது இருக்கும். சில படங்களில் அதற்கும் மேலே. படத்தில் உடன் நடிப்பவர்களோ, பின்னணி இசைக் கலைஞர்களோ யாராவது சொதப்பினால் ரீடேக்குகள் போய்க் கொண்டேயிருக்கும்.

1934-ம் ஆண்டு வரை, தமிழ்ப் படங்களெல்லாம் பம்பாய் அல்லது கல்கத்தாவில்தான் படம்பிடிக்கப்பட்டன. காமிராவிலிருந்து லைட்டிங் வரை சகல வசதிகளும் பம்பாயில் கிடைத்ததால் அங்கேயே சென்று மாதக்கணக்கில் தங்கி, படத்தை எடுத்து முடித்து விட்டு வருவதுதான் தமிழ் சினிமாவில் பழக்கம். முதன்முதலாக சென்னையிலேயே முழுவதுமாக எடுக்கப்பட்ட படம் சீனிவாச கல்யாணம். அதற்குப் பின்னர்தான் சென்னையிலேயே படத்தை முழுவதுமாக எடுத்து முடிக்க முடியும் என்கிற நம்பிக்கை வந்தது.

மீனாட்சி சினிடோனில் அரண்மனை செட். வாசலில் சுபத்திரை அர்ஜுனனுக்காகக் காத்திருக்கிறாள். 'சோம சேகரா..' பாட்டைப் பாடிக்கொண்டே அர்ஜுனன் சுபத்திரையை நோக்கி வருகிறான். அர்ஜுனனாக பாகவதர்.

பவளக்கொடியில் பாகவதரின் அறிமுகக் காட்சி அதுதான். நாடக மேடையில் நடித்ததைப் போலவே அதே பாடல், அதே காட்சி தான். பாடிக்கொண்டே நடிப்பதில் பாகவருக்குச் சிரமம் ஏது மில்லை. காமிராவையே ஆடியன்ஸாக நினைத்து நடிக்க வேண்டி யதுதான்.

ஜெ. ராம்கி

காமிரா நகராமல் ஒரே இடத்தில் நின்று கொண்டிருக்கும். குளோஸப் காட்சிகளில் காமிராவுக்கு முன்னால் வந்து நின்று வசனம் பேசியாக வேண்டும். நாடகத்தில் நடிக்கும்போது காட்சிக்குக் காட்சி கைத்தட்டல் கிடைக்கும். இங்கே கைத்தட்டல் கிடையாது. எல்லாம் திரைக்கு வந்தபிறகுதான்.

படப்பிடிப்பு விறுவிறுப்பாக போய்க்கொண்டிருந்த நேரத்தில்தான் தயாரிப்பாளர் தரப்பிலிருந்து ஒரு புதுத் தலைவலி. செட்டியாருக்கும் அவரது பிஸினஸ் கூட்டாளிக்கும் நடுவே தகராறு. படத்தை எடுத்து ரீலிஸ் செய்தவுடன் அவருக்குச் சேர வேண்டிய பணத்தைத் தந்துவிடுவதாகச் சொல்லியிருந்தார் செட்டியார். ஆனால் அவரது கூட்டாளியோ ஒப்புக்கொள்ளவில்லை. 'எப்படி படப்பிடிப்பை நடத்துகிறீர்கள் என்று பார்த்து விடுகிறேன்' என்று அந்த நபர் சவால் விட்டார்.

அதே போலவே, பவளக்கொடி படப்பிடிப்பு நடக்கும் இடத்துக்குச் சென்றார். ஸ்டுடியோ வாசலிலேயே காரை நிறுத்திக்கொண்டார். டைரக்டர் ரெடி, டேக், ஸ்டார்ட் காமிரா ஆக்ஷன் சொன்னதும் கார் ஹாரனை அடிக்க ஆரம்பித்தார். அந்தக் காலத்தில் டப்பிங் கிடையாது. படப்பிடிப்பு நேரத்தில் சத்தம் வந்தால் திரும்பவும் டேக் எடுப்பதைத் தவிர வேறுவழியில்லை.

டேக் மேல் டேக் வாங்கியும் கார் சத்தம் செய்யும் இடைஞ்சலால் காட்சி எதுவும் ஓகே ஆகவில்லை. டைரக்டர் ஓய்ந்து போனார். ஏகப்பட்ட பிலிம் சுருள் வீணாகிக் கொண்டிருந்தது. செட்டியார் அவ்வப்போது வாசலுக்கு வந்து சமாதானம் பேசிப்பார்த்தார். 'பணத்தை உடனே கொடுத்தால் இடத்தை விட்டுப் போய்விடுகிறேன்' என்றார் அந்த நபர். இப்படியே பிரச்னை தொடர்ந்தது. ஒருமுறை அல்ல, பலமுறை.

நடப்பதையெல்லாம் பாகவதர் கவனித்துக் கொண்டேயிருந்தார். சம்பந்தப்பட்ட நபரை செட்டுக்கு உள்ளே வரச்சொன்னார். செட்டியார் கொடுக்க வேண்டிய பணத்தைத் தானே கொடுத்தார். லேனா செட்டியாரின் கண்களில் நீர் முட்டியது.

1934ல் பவளக்கொடி வெளியானது. அதுவரை பாகவதரை நாடக மேடையில் மட்டுமே பார்த்து ரசித்து வந்த மக்கள், முதன்முறையாக வெள்ளித்திரையில் பார்க்க கூட்டம் கூட்டமாக வந்தார்கள். படத்தின் கதை, திரைக்கதை, வசனமெல்லாம் ஏற்கெனவே மக்கள் மத்தியில் பரிச்சயமான விஷயங்கள்தான்.

அர்ஜுனனாக பாகவதரும், பவளக்கொடியாக எஸ்.டி. சுப்புலட்சு மியும் நடித்திருந்தார்கள். படத்தில் மொத்தம் அறுபது பாடல்கள். பாகவதர், எஸ்.டி. சுப்புலட்சுமி, கே. சுப்ரமணியம் மூவருக்குமே பவளக்கொடிதான் முதல் பேசும் படம். முதல் படமே 'ப்பர் ஹிட்.

'கண்ணா கரியமுகில் வண்ணா
எனக்கே இந்தக் காலம்!'

சினிமாவுக்காக பாகவதர் பாடிய பாட்டு 'ப்பர் ஹிட்.

பவளக்கொடியில் எஸ்.டி. சுப்புலட்சுமிக்கு பவளக்கொடி, கிருஷ்ணன் என இரு வேஷங்கள். உச்சந்தலையில் மயில் இறகுடன் கிருஷ்ணன் வேஷத்தில் எஸ்.டி. சுப்புலட்சுமி சிரித்துக்கொண்டு இருக்கும் புகைப்படத்தை, ஜிகினாப்பொடி தூவி கண்ணாடி சட்டம் போட்டு நிறையபேர் பத்திரமாக வைத்துக் கொண்டார்கள், அதுவும் பூஜையறைக்குள்.

முதல் படத்தின் வெற்றியால் பாகவதருக்கு ஏகப்பட்ட சந்தோஷம். நாடக மேடையே கதி என்று கிடந்தவர்களுக்குக் கிடைக்காத வாய்ப்பு பாகவதருக்குக் கிடைத்திருந்தது. என்னதான் நடிப்புத் திறமை இருந்தாலும் மக்களுக்குப் பிடித்தது போல நடித்து கூட்டத்தைக் கூட்டாவிட்டால் சினிமா வாய்ப்பெல்லாம் கிடைக்காது.

பவளக்கொடியை ஏதோ ஒரு நாடகம் நடத்துவது போல் முடித்து விட்டார்கள். சினிமாவின் நெளிவு சுளிவுகள் பாகவதருக்குப் புரியவில்லை. காமிராவைப் பார்க்காமலே மேடையில் நடிப்பது போல் நடித்து முடித்துவிட்டார்.

1935. நவீன சாரங்கதாரா. பாகவதரின் இரண்டாவது படம். முதல் படத்துக்குக் கிடைத்த அபார வெற்றியால் ஏகப்பட்ட எதிர்பார்ப்புகள் உருவாகியிருந்தன. அதே வெற்றிக் கூட்டணிதான். இதிலும் பாக வதருக்கு ஜோடி எஸ்.டி. சுப்புலட்சுமிதான். இயக்குநர் கே. சுப்ர மணியம். பின்னாளில் எஸ்.டி. சுப்புலட்சுமியை, கே. சுப்ரமணியம் மணந்து கொண்டார்.

நவீன சாரங்கதாரா திரைக்கதையும் மக்களுக்குப் பழக்கப்பட்டதுதான். ராஜா ராணி கதையில் அந்தப்புரத்தில் நடக்கும் குளறுபடிகளும், தகாத உறவுகளும்தான் படத்தின் மையக்கருத்து.

மகன் சாரங்கதாரனுக்காக நிச்சயித்த இளவரசி சித்ராங்கியை 'ழ்ச்சி யால் மணந்து கொள்கிறான் ஒரு கிழட்டு ராஜா. ஒருநாள் சாரங்க தாரன் பறக்கவிடும் புறா, சித்ராங்கியின் வசம் சென்று சேருகிறது.

புறாவைத் தேடி அந்தப்புரத்துக்கு வரும் சாரங்கதாரனின் கண்ணில் படுகிறாள் சித்ராங்கி.

தன்னை ஏற்றுக்கொள்ளும்படி சாரங்கதாரனிடம் கெஞ்சுகிறாள் சித்ராங்கி. அதற்கு சாரங்கதாரன் மறுப்பு தெரிவித்துக் கொண்டிருந்த அதே நேரத்தில், கிழட்டு ராஜா சித்ராங்கியைத் தேடி வருகிறான். சாரங்கதாரன் மீது சந்தேகப்படுகிறான்.

சாரங்கதரனின் கை, கால்களைத் துண்டாக்குமாறு கிழட்டு ராஜா கட்டளையிடவே, வீரர்கள் காரியத்தைச் செய்து முடிக்கிறார்கள். மன்னரின் கொடுங்கோலாட்சியை எதிர்த்து மக்கள் புரட்சி செய்கிறார்கள். ஒரு பெண் துறவியின் அருளாசியால், சாரங்க தாரனுக்குக் கை, கால்கள் மீண்டும் கிடைக்கிறது. கிழட்டு ராஜாவை வீழ்த்திவிட்டு, சாரங்கதாரனும் சித்ராங்கியும் ஒன்றாகச் சேர, முடிவு சுபம்.

சாரங்கதாரா ஒரிஜினல் கதையில் சித்ராங்கிதான் வில்லி. சாரங்க தாரன் கிடைக்காமல் சித்ராங்கி கடைசியில் தற்கொலை செய்து கொள்வாள். நவீன சாரங்கதாராவில் கிளைமாக்ஸை மாற்றி விட்டார்கள். இதில் சித்ராங்கி 'ழ்நிலைக் கைதி. காரணம், பாகவதர் - சுப்புலட்சுமி வெற்றி ஜோடியை பிரிக்கக்கூடாது அல்லவா. ரசிகர்கள் கோபித்துக்கொண்டால் என்ன ஆவது?

படத்தில் ஏகப்பட்ட பாடல்கள் இருந்தாலும், பாகவதர் பாடிய ஒற்றைப் பாடல்தான் படத்தின் வெற்றிக்கு முக்கியக் காரணம். 'சிவ பெருமான் கிருபை வேண்டும்' என்ற அந்த பக்திப் பாடல்தான் இந்தக் காதல் படத்தின் ஹைலைட்.

பாடலை எழுதியிருந்தவர் பாபநாசம் சிவன். முதல் முறையாக ஒரு சினிமாப்பாடல் கோயில்களிலும், கர்நாடக சங்கீதக் கச்சேரிகளிலும் ஒலிக்க ஆரம்பித்தது.

கர்நாடக சங்கீதத்தை கிராமத்தானும் ரசிக்கும்படி செய்தது பாப நாசம் சிவன் - பாகவதர் கூட்டணிதான். இசையுலகில் சினிமா இசைக்கும் ஒரு கௌரவத்தை ஏற்படுத்திக் கொடுத்து, அதைக் கர்நாடக சங்கீத வித்வான்களும் பாராட்டும்படி செய்தது பாபநாசம் சிவன்தான்.

'தமிழ் தியாகய்யா' என்று அழைக்கப்படும் பாபநாசம் சிவன் இயற்றிய கிருதிகளை பாராட்டாதவர்கள் இல்லை. சினிமாவுக்கு சரி வராது என்று சொல்லப்பட்ட கீர்த்தனைகளையெல்லாம், மரபு

மீறாமல் துணிந்து சினிமா பாடல்களில் புகுத்தியவர். அவர் நல்ல பாடலாசிரியர், மட்டுமல்லாமல் நல்ல இசையமைப்பாளரும் கூட. பவளக்கொடிக்கும், நவீன சாரங்கதாராவுக்கும் இசையமைத்தவர் பாபநாசம் சிவன்தான்.

உச்சஸ்தாயில் பாடும் பாகவதரை மனத்தில் கொண்டு, பொருத்தமான ராகங்களை பூக்கட்டுவது போல இழைத்து, பாட்டு மாலையாக்கினார் பாபநாசம் சிவன். சாருகேசி, செஞ்சுருட்டி, சண்முகப்பிரியா, ரீதிகௌளை, மணிரங்கு, சிந்து பைரவி போன்ற ராகங்களில் அவர் அமைத்த பாடல்கள் பாகவதரின் குரலுக்குக் கச்சிதமாகப் பொருந்தின.

பாடலுக்கான ஒத்திகைகூட பாபநாசம் சிவனின் கீழ்ப்பாக்கம் வீட்டிலேயே நடக்கும். பொழுது விடிவதற்கு முன்பே பாகவதர் ஒத்திகை பார்க்க வந்துவிடுவார். நாற்காலியில் உட்காரச் சொன்னாலும் உட்காராமல், பாய் போட்டுத் தரையில்தான் உட்காருவார். பாகவதர் பாடப் பாட, பாபநாசம் சிவன் திருத்திக்கொண்டே வர, 'ரிய உதயத்துக்குள் பாட்டு தயாராகிவிடும். காலை டிபனை முடித்துவிட்டு இரண்டுபேருமே சேர்ந்து நேராகப் படப்பிடிப்புக்கு வந்துவிடுவார்கள்.

ஒத்துழையாமை இயக்கத்தை மகாத்மா காந்தி தீவிரமாக்கிய நேரம் அது. புராணப் படங்களாக இருந்தாலும் நிறைய படங்களில் க்ளைமாக்ஸ் காட்சிகள் ஆட்சியாளர்களுக்கு எதிராக இருக்கும். அராஜகம் எல்லை மீறும்போது அதைத் தட்டிக் கேட்க மக்கள் ஒன்று திரண்டு ஒத்துழையாமை இயக்கத்தை நடத்துவது போல் காட்சியிருக்கும்.

நவீன சாரங்கதாராவிலும் மன்னன் நரேந்திரனை எதிர்த்து அஸ்தினாபுரத்து மக்கள் கண்டன ஊர்வலம் போவார்கள். அவர்களின் தலையில் காங்கிரஸ் குல்லாய்கள். சென்ஸாரில் எப்படியும் வெட்டி விடுவார்கள் என்றுதான் பாகவதர் நினைத்திருந்தார். ஆனால், படம் சென்ஸாரிடமிருந்து தப்பித்துவிட்டது. அந்தக் காட்சியும்தான்.

நாடக மேடைகளில் தான் பாடிப் பிரபலமடைந்த 'ஞான குமாரி நளின சிங்காரி' பாடலைப் படத்தில் சேர்த்துக்கொள்ளவேண்டும் என்பது பாகவதரின் ஆசை. படத்தின் டைரக்டரான சுப்ரமணியமோ, படத்துக்கும் அந்தப் பாட்டுக்கும் சம்பந்தமேயில்லையே என்றார்.

பாகவதரோ, 'சம்பந்தம் இல்லைதான். ஆனால், நீங்கள் நினைத்தால் ஏதாவது ஒரு விதத்தில் சம்பந்தப்படுத்திக்கொண்டு விடலாமே.

ஜெ. ராம்கி

ஏற்கெனவே பிரபலமான பாடல் அது. படத்திலும் வந்தால் வெற்றி நிச்சயம். அதற்கு மேல் உங்கள் இஷ்டம்' என்று சொல்லிவிட்டார்.

டைரக்டரும் ஒப்புக்கொண்டார். பாகவதரின் பாடலும் படத்தில் இடம்பெற்று பெரிய அளவில் ஹிட்டானது.

படத்தின் முடிவைச் சுபமான முடிவாக்கியதும் படத்தின் வெற்றிக்கு முக்கிய காரணம். அதே நேரத்தில் கொத்தமங்கலம் சீனுவும் டி. எம். சாரதாம்பாளும் நடித்த ஒரிஜினல் சாரங்கதாரா வெளியாகி, படுதோல்வியை அடைந்தது.

1935ல் பிலிம் லீக் என்கிற சினிமா பத்திரிகை அப்போது வெளியான படங்களைப் பற்றி ஒரு போட்டி நடத்தியது. சிறந்த படங்களுக்கான வரிசையில் மூன்றாவது இடம் நவீன சாரங்கதாராவுக்கு. தமிழ் சினிமாவின் சிறந்த ஜோடியாகத் தேர்ந்தெடுக்கப்பட்டது பாகவதரும் சுப்புலட்சுமியும்தான். ★

10. ராதே உனக்குக் கோபம் ஆகாதடி...

ராதே உனக்குக்

எஸ்.ஜி. கிட்டப்பா மரணமடைந்திருந்தார். அவரது மறைவுக்குப் பின்னர் நாடக மேடைக்கே வராமல் வீட்டுக்குள் முடங்கியிருந்தார் கே.பி. சுந்தராம்பாள். காங்கிரஸ் தலைவர் சத்தியமூர்த்தி கேட்டுக்கொண்டதால் சினிமாவில் நடிக்க வந்தார் கே.பி. சுந்தராம்பாள். படம் நந்தனார். அதில் நடிக்க அதிகபட்ச சம்பளமாக ஒரு லட்ச ரூபாய் வாங்கியிருந்தார் கே.பி.எஸ். நிறையவே விளம்பரப்படுத்தியும் படம் படுதோல்வி அடைந்தது.

நாடகவுலகம் போலவே சினிமாவுலகிலும் ஏகப்பட்ட கோஷ்டிகள் உருவாகியிருந்தன. இங்கேயும் எந்தக் கோஷ்டியிலும் சேராமல் தனி ஆவர்த்தனம் செய்து கொண்டிருந்தார் பாகவதர். அரசியலில் மட்டுமல்ல, சினிமாவிலும் ராஜாஜியும் சத்தியமூர்த்தியும் எதிரெதிர் துருவங்கள்தான். கல்கி கிருஷ்ணமூர்த்தி, டைரக்டர் கே.சுப்ரமணியம் போன்றோர் ராஜாஜி பக்கம். நந்தனாருக்கு விமரிசனம் எழுதிய கல்கி, 'நந்தனார்

படத்தில் பனைமரம், எருமைக்கடா, வெள்ளாடு ஆகியவை சிறப்பாக நடித்திருந்தன' என்று கிண்டலடித்திருந்தார்.

தமிழ் சினிமாவில் இதுவரை நந்தனார் கதையை மட்டும் நான்கு முறை படமாக்கியிருக்கிறார்கள். படத்தில் நடித்த நடிகர்களிலிருந்து, கதை, வசனம் தொழில்நுட்ப விஷயங்கள் வரை நந்தனாரை யாரும் குறை சொல்ல முடியாது. ஆனாலும், பாக்ஸ் ஆபிஸில் நவீன சாரங்கதாராவுடன் நந்தனாரால் போட்டியிட முடியவில்லை. பாகவதர், ராஜாஜி பக்கம் என்று சத்தியமூர்த்தி தவறாகவே நினைத்திருந்தார்.

சினிமாவை எப்படி அணுகவேண்டும் என்பதை பாகவதர் புரிந்து கொண்டார். நாடகத்துக்கும் சினிமாவுலகுக்கும் உள்ள வித்தியாசங்கள் பாகவதருக்கு பரிச்சயமாகின. அங்கிங்கெனாதபடி எங்கும் நிறைந்திருக்கும் அரசியல், சினிமாவுலகத்திலும் இருந்தது. தனக்கு இருக்கும் வரவேற்பைப் பார்த்த பாகவதர், சொந்தமாகவே ஒரு பட கம்பெனியை ஆரம்பிக்க முடிவு செய்தார்.

1936-ல் தியாகராஜா டாக்கி ஃபிலிம் கம்பெனி என்ற திரைப்பட நிறுவனம் ஆரம்பிக்கப்பட்டது. சம்பத் குமார் என்பவரை இயக்குநராக்கி, சத்தியசீலன் என்ற படம் தயாரிக்கப்பட்டது. ராஜா - ராணி கதையம்சத்தில் உருவான இந்தப் படத்துக்கு இன்னொரு பெயரும் உண்டு. தந்தை சொல் மறவாத் தனயன். படப்பிடிப்பு, பம்பாயில் இருந்த ஸ்டுடியோக்களில் நடைபெற்றது. ஐம்பதாயிரம் செலவில் மொத்தப் படத்தையும் முடித்துவிட்டார்கள்.

தமிழ் சினிமாவில் ஸ்டண்ட் படங்கள் வரத் தொடங்கிய காலம். சத்தியசீலன் படத்திலும் பாகவதர் சண்டை போடுவதுபோல் காட்சிகள் அமைக்கப்பட்டன. பாகவதருக்கு நெருக்கமாக இருந்த ஜி. ராமநாதன்தான் படத்துக்கு இசையமைப்பாளர். பிற்காலத்தில் காலத்தால் அழியாத பாடல்களை கொடுத்த ஜி.ராமநாதன், சத்திய சீலன் படத்தின் மூலம்தான் தமிழ் சினிமாவுக்கு இசையமைப்பாளராக அறிமுகமானார். படத்துக்கான கதை, வசனத்தை எழுதியவர் எல். ராஜமாணிக்கம்.

மும்பைக்குப் பக்கத்தில் படத்தின் வெளிப்புற படப்பிடிப்பு நடந்தது. சத்தியசீலனில் பாகவதருக்கு ஜோடியாக நடிக்கும் தேவசேனா அன்று வரவில்லை. அடுத்தநாள் வந்தபோது பாகவதர் திடீரென்று அவுட்டோர் போகலாம் என்று சொல்லிவிட்டார். லோனாவாலாவை ஒட்டிய மலைச்சாரலில் படப்பிடிப்பு நடந்து கொண்டு இருந்தது.

சத்தியசீலனைப் பிரிந்த கதாநாயகி காடு, மலையெல்லாம் சுற்றித் திரிவது போல் காட்சி. ஒத்திகை என்ற பெயரில் நாலைந்து முறை தேவசேனாவை மலையில் அலைய விட்டார்கள். தேவசேனா ரொம்பவே சோர்ந்து போனார். டேக் மேல் டேக் எடுத்தும் காட்சி ஓகே ஆகவில்லை. பாகவதர் தேவசேனாவைப் பார்த்து சிரித்துக் கொண்டிருந்தார். காரணம் கேட்டபோது காமிராவை காட்டினார்.

காமிராவில் பிலிம் இல்லை. முதல்நாள் படப்பிடிப்புக்கு வராமல் மட்டம் போட்டதால், தேவசேனாவுக்குத் தரப்பட்ட தண்டனை அது.

அப்போதெல்லாம் பாகவதர் உடம்பு முழுக்க நகைகள் அணிந் திருப்பார். சத்தியசீலன் வெளிப்புறப் படப்பிடிப்புக்காக டைரக்டர் சுப்ரமணியத்துடன் மும்பைக்கு ரயிலில் சென்று கொண்டிருந்தார். கூடவே பயணித்தது ஒரு வட இந்திய தம்பதி. பாகவதரை பார்த்ததும் தம்பதிக்கு ஆச்சரியம்.

திடீரென்று அந்தப் பெண், பாகவதரை பார்த்து ஏதோ சொல்லிச் சிரிக்க, அவளது கணவன் அதட்ட, பாகவதருக்கும் கூட வந்தவர் களுக்கும் ஒன்றும் புரியவில்லை. வற்புறுத்திக் கேட்ட பின்பே பதில் கிடைத்தது.

'எங்கள் ஊரில் பெண்கள்கூட இவ்வளவு நகைகள் அணிய மாட்டார் களே... மூக்குத்தி தவிர மற்ற நகைகளையெல்லாம் போட்டுக் கொண்டிருக்கிறாரே' என்பதுதான் அந்தப் பெண்ணின் கமெண்ட்.

பாகவதருக்கு அதிர்ச்சிதான். உடனே தான் அணிந்திருந்த கடுக் கனை, மோதிரங்களைக் கழட்டினார்.

'என்னாயிற்று? யாரோ முன்பின் தெரியாதவர்கள் சொல்லியதற்காக நீங்கள் இதையெல்லாம் கழற்ற வேண்டுமா?' என்றார் சுப்ரமணியன்.

'வெள்ளைப் புடவை அணிந்து நெற்றியில் குங்குமத்தோடு தோன்றும் அந்தப் பெண் எனக்கு சரஸ்வதி தேவி போல் தோன்றுகிறாள். அவள் வார்த்தையை மீற மாட்டேன்' என்பதுதான் பாகவதரின் பதிலாக இருந்தது.

சத்தியசீலனில், நவீன சாரங்கதாரவைப் போல் ஆளுங்கட்சிக்கு எதிரான காட்சிகளைப் படத்தில் வைத்திருந்தார்கள். சென்ஸாரில் படம் ஏகப்பட்ட வெட்டுகளை வாங்கியது. படத்தின் 'சல்ட் பாகவதருக்குத் திருப்தி தரவில்லை. படத்தின் திரைக்கதை,

வசனம், பாடல்களில் இன்னும் கவனம் செலுத்த விரும்பினார். படத்தில் காமெடி டிராக் அவசியம் என்பதையும் புரிந்து கொண்டார்.

தமிழ் சினிமாவில் காமெடி டிராக் என்பது தவிர்க்க முடியாத அம்சமானது இந்த ஆண்டில்தான். வசந்த சேனாவின் வெற்றி, என்.எஸ். கிருஷ்ணன் - டி.ஏ. மதுரம் ஜோடியைப் பிரபலப்படுத்தியிருந்தது. இனி தனது படங்களில் என்.எஸ். கிருஷ்ணனின் காமெடி டிராக் கட்டாயம் வேண்டும் என்று பாகவதர் முடிவு செய்தார்.

பாகவதர் - கிருஷ்ணன் கூட்டணி ஆரம்பமானது. இந்தக் கூட்டணி பாகவதர் உயிரோடிருக்கும் வரை தொடர்ந்தது. சொந்தப்படமாகவே இருந்தாலும் பாகவதர், என்.எஸ்.கேவின் காமெடி டிராக்கில் தலையிட்டதேயில்லை. ஆத்திகம் பேசி பாகவதர் நடித்த படங்களில் கூட நாத்திகம் பேசும் என்.எஸ்.கே.வின் காமெடி டிராக் இருக்கவே செய்தது.

சத்தியசீலன், முந்தைய படங்களைப் போல் 'ப்பர் ஹிட் இல்லையென்றாலும் வெற்றிப்படம்தான். முதல்முறையாக அப்பா, மகன் என இரட்டை வேடத்தில் பாகவதர் நடித்திருந்தார்.

படத்தின் தோல்விக்குப் பிரசித்தி பெற்ற பாகவதர் - எஸ்.டி. சுப்புலட்சுமி ஜோடி இல்லாததும் முக்கியமான காரணம். ஆனால் சுப்புலட்சுமி இல்லாததால் படம் வெற்றி பெறவில்லை என்பதை பாகவதர் ஒப்புக்கொள்ளவில்லை. இனி ஒவ்வொரு படத்திலும் புதுப்புது கதாநாயகியுடன் நடிக்கப்போவதாக முடிவு செய்துவிட்டார்.

சினிமாவுலகம் போட்டிகள் நிறைந்த இடமாக மாறியது 1936-ல் தான். ஒரு பக்கம் ராஜா சந்திரசேகர், இன்னொரு பக்கம் எல்லீஸ் ஆர். டங்கன் என்று பெரிய இயக்குநர்களின் படங்கள் வெளியாகி வெற்றி பெற்றன. இந்த ஆண்டின் மிகப்பெரிய வெற்றிக்குச் சொந்தக்காரர் எஸ்.எஸ். வாசன்தான். அவர் தயாரித்த சதி லீலாவதி மிகப்பெரிய வெற்றியைப் பெற்றது.

படத்துக்கு இரண்டு தலைப்புகள் வைக்கும் டிரெண்ட் ஆரம்பமானதும் அப்போதுதான். ஒரே நேரத்தில், ஒரே கதை இரண்டு வெவ்வேறு தலைப்புகளில் வெளியானது. பல படங்களின் டைட்டில் கூட வித்தியாசமாக இருந்தது. உதாரணத்துக்கு, மகாத்மா கபீர்தாஸ் - மடையர்கள் சந்திப்பு. மகாத்மா கபீர்தாஸ் என்பது பக்திக் கதை. மடையர்கள் சந்திப்பு என்பது நகைச்சுவைப் படம்.

பாகவதருக்கு ஒரே படத்தில் இரண்டு கதைகளைக் கையாள்வதில் இஷ்டமில்லை. எனவே அந்த மாதிரியானப் படங்களை ஒப்புக் கொள்ளவில்லை. அடுத்தடுத்துத் தான் நடிக்கப்போகும் படங்கள் அனைத்துமே வெவ்வேறான கதைகள் என்பதை மட்டும் வெளிப்படையாகச் சொன்னார். மற்றபடி பேட்டி, போட்டோ ஆகியவற்றை எல்லாம் தவிர்த்தார்.

சொந்தப்படமான சத்தியசீலன் பெருவெற்றி பெறவில்லை என்றாலும், பாக்ஸ் ஆபிஸில் பாகவதரின் செல்வாக்கு குறைய வில்லை. எனவே அவர் தொடர்ந்து படங்களைத் தயாரித்தார்.

1937 - பாகவதரின் சினிமா வாழ்க்கையில் முக்கியமான வருடம். பாகவதரைத் தமிழ் சினிமாவின் உச்சியில் உட்கார வைத்த வருடம். அடுத்தடுத்து வெளியான சிந்தாமணி, அம்பிகாபதி படங்களின் மாபெரும் வெற்றி பாகவதரை யாரும் தொட்டுவிட முடியாத உயரத்துக்குத் தூக்கிச் சென்றது.

சிந்தாமணி அல்லது பில்வமங்கள். மதுரை ராயல் டாக்கீஸார் தயாரித்த படம். மார்ச் 1937-ல் வெளியானது. படத்தில் இரு பெரும் பாடகர்கள் இருந்தார்கள். பாகவதரின் ஜோடியாக நடித்த அஸ்வத்தம்மா, கன்னடத்தில் பெரிய பாடகி.

சிந்தாமணியை இயக்கியது ஒய்.வி.ராவ். நடிகை லட்சுமியின் தந்தை. ராவ், படத்தில் மனோகரன் என்னும் வில்லன் பாத்திரத்திலும் நடித்தார்.

படத்தில் இருபத்தாறு பாடல்கள். படத்துக்குப் பாடல் எழுதியதோடு இசையமைத்ததும் பாபநாசம் சிவன்தான். அதுவரை பக்திப் பாடல்களாக எழுதிக்கொண்டிருந்த பாபநாசம் சிவன், முதல்முறை யாக ஒரு காதல் சிருங்காரத்தையும் பாட்டாக வடித்தார். அதுதான் 'ராதே உனக்கு கோபம் ஆகாதடி...'

பாகவதரின் சம்பளமும் உயர்ந்திருந்தது. பதினோராயிரம் ரூபாய்.

சிந்தாமணி என்னும் வேசியை காதலிக்கும் பில்ஹணன், காம மோகத்தில் பெற்றோர்களை மறக்கிறான். சிந்தாமணியே பில்ஹண னுக்கு அறிவுரை சொல்லி ஊருக்கு அனுப்பி வைக்கிறாள்.

ஊருக்குப் போன இடத்தில் பெற்றோரை இழந்து, அத்தை மகளைக் கைப்பிடிக்க வேண்டியிருக்கிறது. சிந்தாமணி நினைவில் வீட்டை விட்டு வெளியேற, மனைவி தற்கொலை செய்துகொள்கிறாள்.

விபரம் அறிந்து சிந்தாமணி, பில்ஹணனை வெறுக்கிறாள். தீராத மோகத்தினால் பில்ஹணன், தன் கண்களைத் தானே பறித்துக் கொள்கிறான். பில்ஹணனின் நல்ல மனத்தை அறிந்து சிந்தாமணி தேடி வருகிறாள். இருவரும் சேர்ந்து கிருஷ்ணனின் புகழ் பாட, கிருஷ்ணன் ருக்மிணி சகிதம் காட்சியளிக்க, சுபம்.

படத்தின் வெற்றிக்கு பாகவதர் தவிர அஸ்வத்தம்மாவின் பாடலும், செருகளத்தூர் சாமாவின் வசனமும் காரணமாக அமைந்தன. பாகவதரை விட உயரமாக, ஒல்லியாக இருந்த அஸ்வத்தம்மா, பாகவதருக்குச் சரியான ஜோடி பொருத்தம் இல்லாவிட்டாலும் ரசிகர்கள் ஏற்றுக்கொண்டார்கள். படத்தில் பாகவதரைவிட அஸ்வத்தம்மா அதிக காட்சிகளில் தோன்றினார்.

சிந்தாமணி, தமிழ் சினிமாவில் மகத்தான சாதனைகளை ஏற்படுத்தியது. பல ஊர்களில் படம் ஒரு வருடம் ஓடியது. படம் பார்ப்பதற்காக பஸ்களிலும் ரயில்களிலும் மக்கள் கூட்டம் கூட்டமாக வந்தார்கள். பொழுது விடிந்ததும் மாட்டி வண்டியைக் கட்டிக் கொண்டு கிராமத்திலிருந்து புறப்பட்டு நகரங்களுக்கு வரும் மக்கள் கூட்டம், படம் பார்த்துவிட்டு மாலைதான் வீடு திரும்புவார்கள்.

அப்போதெல்லாம் ஆடியோ இசைத்தட்டாக வெளிவரும். படத்தோடு இசைத்தட்டும் வெளிவந்துவிட்டால் தியேட்டரில் வசூல் குறைந்துவிடும். இதனாலேயே இசைத்தட்டை ஆறு மாதம் கழித்தே வெளியிடுவார்கள்.

சிந்தாமணி படத்தின் பெரிய வெற்றிக்குப் பின்னர் இசைத்தட்டுக்கு இருந்த எதிர்பார்ப்பைக் கண்ட தயாரிப்பாளர்கள், உடனடியாக இசைத்தட்டுகளை வெளியிட முயற்சி எடுத்தார்கள். ஆனால், பாகவதர் சம்மதிக்கவில்லை.

அஸ்வத்தம்மா, சிந்தாமணியில் தனியாகப் பாடிய 'கிருஷ்ணா கிருஷ்ணா', 'ஈன ஜென்மம் எடுத்தேன் என் ஐயனே' போன்ற பாடல்களைத் தனி இசைத்தட்டுகளாக வெளியிட்டனர்.

பாகவதருடன் அஸ்வத்தம்மா பாடிய டூயட் பாடலான 'மாயப் பிரபஞ்சத்தில்...' பாட்டையும் இசைத்தட்டில் கொண்டுவர விரும்பிய தயாரிப்பாளர்கள், ஒரு மாற்று வழியை கண்டுபிடித்தனர். பாகவதரை ஒத்த குரலையுடைய துறையூர் ராஜகோபால சர்மாவை பாகவதருக்கு பதிலாகப் பாடச் செய்து, இசைத்தட்டை வெளியிட்டுவிட்டனர். பாடலை யார் பாடியது என்பதையும் இசைத்தட்டில் குறிப்பிடவில்லை. இசைத்தட்டு 'ப்பர் ஹிட்.

பாகவதர் குரலென்று நம்பி ஏமாந்த ரசிகர்களின் கோபம், இசைத்தட்டு கம்பெனி பக்கம் திரும்பியது. கண்டனங்களைச் சமாளிக்க முடியாத இசைத்தட்டு கம்பெனிக்காரர்கள் திரும்பவும் பாகவதரைச் சந்தித்தார்கள். மீண்டும் பாகவதர் குரலில் பாடல்களைப் பதிவு செய்ய அனுமதி கேட்டார்கள்.

இசைத்தட்டினால் படத்தின் வசூல் பாதிக்கப்படாததைக் கேள்விப்பட்ட பாகவதர் இசைத்தட்டு வெளியிடுவது தொடர்பான தனது நிலைப்பாட்டை மாற்றிக்கொண்டார். ஆனால், 'மாயப் பிரபஞ்சத்தில்' பாடலை மீண்டும் பதிவு செய்ய வேண்டாம் என்று சொல்லிவிட்டார். ஏற்கனவே இசைத்தட்டில் வந்துவிட்டதை திரும்பவும் பாடி, இசைத்தட்டை வாங்க வைத்து ரசிர்களை ஏமாற்ற வேண்டாம் என்பதே பாகவதரின் எண்ணம்.

படத்தை மக்களோடு மக்களாக உட்கார்ந்து பார்ப்பதில் பாகவதருக்கு நிறைய ஆர்வம். மதுரை முருகன் தியேட்டரில் படம் ஓடிக் கொண்டிருந்தபோது திடீரென்று ஒருநாள் காரில் வந்து இறங்கிவிட்டார்.

பொன் நிறத்தில் சட்டை, கழுத்தைச் சுற்றி சரிகை, காது, கை விரல்களில் ஜொலிக்கும் வைரங்கள், நெற்றியில் மணக்கும் ச வ்வாது பொட்டு, அழகான சுருண்ட முடிகளாலான கிராப். படம் பார்க்க பாகவதரே நேரில் வந்ததில் ரசிகர்களுக்குப் பெரிய சந்தோஷம்.

அம்பிகாபதி படம் அந்த டிசம்பரில் வெளியானது. சிந்தாமணி வெற்றிகரமாக ஓடிக்கொண்டிருந்த நேரத்திலேயே அம்பிகாபதியும் வெளியாகி 'ப்பர் ஹிட்டானது. சேலம் சங்கர் பிலிம்ஸ் தயாரிப்பான அம்பிகாபதியும் சிந்தாமணியைப் போல் பல ஊர்களில் ஒரு வருடம் ஓடி சாதனை படைத்தது.

ரோமியோ - ஜுலியட்டைத் தழுவி உருவாகப்பட்ட கதை அம்பிகாபதி. இந்தப் படத்தில்தான் முதன்முதலாக தமிழ் சி னிமாவில் சரித்திரம் படைத்த வெற்றிக்கூட்டணி உருவானது. பாடல்கள், பாபநாசம் சிவன். வசனம், இளங்கோவன். இசை, ஜி. ராமநாதன். படத்துக்குப் பின்னணி இசையை அமைத்துக் கொடுத்தவர் பிரபல பாடகர் கே.சி. டே. இவர் பார்வையற்றவர் என்பது கூடுதல் தகவல்.

அம்பிகாபதிக்கு முந்தைய தமிழ்ப் படங்களில் சமஸ்கிருத வார்த்தைகள் அதிகம். வசனங்களில் பிராமண நெடிதான் அதிகமாக

இருக்கும். முதன்முதலாக தனித் தமிழில் வசனம் ஒலித்தது அம்பிகாபதியில்தான். அதுநாள்வரை படங்களில் பாடல்கள் மட்டுமே பிரதானம். வசனங்கள் எல்லாம் இரண்டாம் பட்சம்தான். ஆனால் அம்பிகாபதி அந்த பிம்பத்தை உடைத்தது. படத்தில் வசனங்களே பிரதான இடத்தைப் பிடித்தன.

தமிழ் சினிமா வசன நடையிலேயே பெரிய மாற்றத்தைக் கொண்டு வந்தது அம்பிகாபதி படம்தான். படத்தை இயக்கியது எல்லிஸ் ஆர். டங்கன். காமெடி டிராக்குக்கு என்.எஸ். கிருஷ்ணனும் டி.ஏ. மதுரமும் இருந்தார்கள்.

சோழநாட்டு அரசன் முதல் குலோத்துங்கன், கலிங்க மன்னனைத் தோற்கடித்துவிட்டு உறையூருக்குத் திரும்புகிறான். அதே சமயம் கம்பர் தன் ராமாயணத்தை ஸ்ரீரங்கத்தில் அரங்கேற்றிவிட்டு, சந்தோஷத்துடன் திரும்பி வருகிறார். கம்பரைப் பாராட்டிவிட்டு போர்க்களத்தில் தன்னுடைய உயிரைக் காப்பாற்றிய கம்பர் மகன் அம்பிகாபதிக்கு தனது வைர வாளை பரிசளிக்கிறான் முதலாம் குலோத்துங்கன்.

படைத்தளபதி ருத்ரசேனனுக்கும் அம்பிகாபதிக்கும் இடையே சண்டை. ருத்ரசேனன் தோற்றுக் கீழே விழுகிறான். உப்பரிகை யிலிருந்து சண்டையைக் கவனிக்கும் இளவரசி அமராவதிக்கு அம்பிகாபதி மேல் காதல் வருகிறது.

விபரீதத்தைக் கண்ட கம்பர், தன் மகனின் கவனத்தைத் திருப்ப நினைக்கிறார். ‘பாடிப் பிழைக்கும் பாவலன் மகனுக்கு புவியாளும் பூமகன் மகள் கிட்டுதல் அரிது’ என்று பாட்டாகப் பாடுகிறார். அம்பிகாபதி, கம்பரின் வார்த்தையை அலட்சியப்படுத்தி விடுகிறான். அம்பிகாபதி, அமராவதியை ரகசியமாக அந்தப்புரத்தில் சந்தித்து வருகிறான். காதலும் வளர்ந்து வருகிறது.

அரண்மனை விருந்தில், ‘இட்ட அடி நோக’ என்று அமராவதியை நினைத்து அம்பிகாபதி பாட, கம்பர் சாமர்த்தியமாக ‘கொட்டிக் கிழங்கோ’ என்று பாட்டை மாற்றி மகனைக் காப்பாற்றுகிறார்.

ஒருநாள் அம்பிகாபதியும் அமராவதியும் அந்தப்புரத்தில் சந்தித்துப் பேசிக்கொண்டிருப்பதைக் கண்கூடாக பார்த்த அரசனுக்குக் கோபம் கொப்பளிக்கிறது. அம்பிகாபதியை கையும் களவுமாகப் பிடித்து சிறையிலிடுகிறான். அடுத்த நாளே அவனுக்கு மரண தண்டனை நிறைவேற்றுமாறு உத்தரவிடுகிறான். கம்பரையும் ஒட்டக்கூத்தரையும் வரவழைக்கிறார்.

கம்பரின் வேண்டுகோளுக்கிணங்க, அம்பிகாபதி சிற்றின்பத்தை விட்டு, பேரின்பத்தைப் பொருளாக கொண்டு நூறு பாடல்கள் பாடினால் மரண தண்டனையை ரத்து செய்துவிடலாம் என்று அறிவிக்கிறான் மன்னன். அம்பிகாபதி பாடும் நூறு பாடல்களையும் உப்பரிகையிலிருந்து நூறு ரோஜா மலர்களைக் கொண்டு எண்ணப் போவதாக அமராவதி சொல்கிறாள்.

அம்பிகாபதி முதலில் பாடிய காப்புச் செய்யுளைப் பாடலாக நினைத்து எண்ணிக்கையை ஆரம்பிக்கிறாள் அமராவதி. அதில் ஏமாந்து போகிறான் அம்பிகாபதி.

தொண்ணூற்றொன்பது செய்யுள்களைப் பாடியவுடன் முடிந்து விட்டதாக நினைத்து அமராவதியை பார்த்துப் பாட ஆரம்பிக்கிறான்.

'சற்றே சரிந்த குழலை துவள'

சிற்றின்பச் செய்யுளைப் பார்த்து கொதித்தெழும் மன்னன் அம்பிகா பதியை உடனே கொல்லுமாறு உத்தரவிடுகிறான். கம்பர் கெஞ்சியும் மனம் இரங்கவில்லை. கொலைக்களத்தில் அம்பிகாபதியும் அமராவதியும் ஒன்று சேர முடியாமல் உயிர் துறக்கிறார்கள்.

அம்பிகாவதியாக பாகவதர் நடிக்க, அமராவதியாக நடித்திருந்தவர் சந்தானலட்சுமி. அன்றைய காலகட்டத்தில் பாகவதர் - சந்தான லட்சுமி காதல் காட்சிகள் மிகவும் நெருக்கமாக இருந்ததாக ரசிகர்கள் குஷியடைந்தனர்.

அந்தப்புரத்தின் படுக்கையறையில் சந்தானலட்சுமியை பாகவதர் இருகைகளாலும் தூக்கிக் கட்டிலில் படுக்க வைப்பார். முகத்தை நோக்கிக் குனிந்து முத்துமிடுவதுபோல் காட்சியெல்லாம் இருந்தது. இரவு நேரத்தில் உப்பரிகையில் அம்பிகாபதியும், அமராவதியும் சந்திக்கும் காதல் காட்சியை ரோமியோ ஜூலியட் ஆங்கிலப்படத்தில் வந்த பால்கனி காட்சியோடு ஒப்பிட்டு சிலாகித்தார்கள்.

காதலியின் தலையோடு தலை சேர்த்து பாகவதர் பாடும 'சந்திர 'ரியர் போல்' பாடல்தான் அன்றைய காலகட்டத்தில் பெண்கள் அதிகம் முணுமுணுத்த பாடல்.

பாகவதர் எங்கே போனாலும் அவரைத் துரத்திக்கொண்டு பெண்கள் வர ஆரம்பித்தனர். அம்பிகாவதி மூலம் பாகவதர் தமிழகத்தின் கவர்ச்சிக் காதலனாக மாறிப்போனார்.

கம்பராக நடித்தவர், செறுகளத்தூர் சாமா. அப்போதெல்லாம் தாடி வைத்த அப்பா, தாத்தா ரோல் படத்தில் இருந்தால் செறுகளத்தூர் சாமாவைத்தான் கூப்பிடுவார்கள்.

படத்தில் வில்லனாக, தளபதியாக நடித்தவர் டி.எஸ். பாலையா. மன்னன் பாகவதருக்குப் பரிசளித்த புதிய வாளை, 'பரீட்சித்துப் பார்க்கலாமா, வா' என்று வம்புக்கு இழுத்து, கத்திச் சண்டை போட வைத்து, பரிதாபமாகத் தோற்பார். அம்பிகாபதி, இளவரசியை கள்ளத்தனமாகக் காதலிக்கிறான் என்று டி.ஏ. மதுரம் சொன்னதும், 'யார் அவன்? அம்பிகாபதியா? பஞ்சைப் பயல்' என்று உடைவாளை உருவி பக்கத்திலிருக்கும் செடியை வெட்டி தள்ளுவார். பாலையாவை யாரும் சீரியஸ் வில்லனாக பார்க்கவில்லை. தமிழ் சினிமாவின் முதல் காமெடி வில்லன், பாலையா.

1937 வருட இறுதியில் பிலிம் லீக் பத்திரிகையின் கருத்துக் கணிப்பு வெளியானது. சிறந்த படம் முதல் இடம், சிந்தாமணி. சிறந்த ஜோடி பாகவதர் - அஸ்வத்தம்மா.

சிந்தாமணி, அம்பிகாபதி படங்களின் மகத்தான வெற்றிக்குக் காரணம் பாகவதரின் பாடல்களா, அவருடைய அழகா, நடிப்பா என்று பட்டிமன்றம் நடத்திக் கொண்டிருந்தார்கள். ஆனால் பாகவதரோ படங்களின் வெற்றியைத் தனது கூட்டணிக்கு அர்ப்பணிப்பதாகச் சொன்னார்.

பாகவதரைப் படத்தில் ஒப்பந்தம் செய்ய யாராவது வந்தால் அவர்களிடம் பாகவதர் சொல்லும் ஒரே நிபந்தனை, 'பாட்டெழுத பாபநாசம் சிவனையும், வசனம் எழுத இளங்கோவனையும் ஒப்பந்தம் செஞ்சுட்டு, என்கிட்டே வாங்க. கட்டாயம் உங்க படத்துல நடிக்கிறேன்.' ★

11. பாகவதரை உதை!

பாகவதரை உதை!

1938ஆம் ஆண்டில் தமிழ் சினிமா கொஞ்சம் தடுமாறியது. அப்போது சென்னையிலிருந்த ஆறு ஸ்டுடியோக்களும் மூடப்பட்டிருந்தன. சினிமாவோடு சம்பந்தப்பட்டவர்களுக்கு வருமானம் குறைவாக இருந்தது. சினிமா தொழில் நலிந்து கிடந்தது. நடிகர், நடிகைகளுக்கு அதிகச் சம்பளம் கொடுப்பதற்குப் பதிலாக, நல்ல படங்களைத் தயாரிக்க வேண்டும் என்று பேச்சு எழுந்தது.

டிசம்பர் கடைசியில் சென்னை மாகாண சினிமா மாநாடு நடைபெற்றது. சினிமாத் தொழிலில் உள்ள எல்லாப் பிரிவினரையும் ஒன்றுபடுத்தி, ஒரு சங்கத்தை ஆரம்பிக்க முயற்சி மேற்கொண்டார்கள். அதைத் தொடர்ந்து நடிகர்களுக்கென்றே தனியாகவே ஒரு நடிகர் சங்கமும் ஆரம்பிக்கப்பட்டது.

பி.எஸ். வேலு நாயர், கே.பி. கேசவன், எம்.கே.தியாக ராஜ பாகவதர், எம்.வி. மணி ஆகியோர் நடிகர் சங்க

பொறுப்பாளர்களாகத் தேர்ந்தெடுக்கப்பட்டார்கள். பாகவதர்தான் நடிகர் சங்கத்தின் முதல் செயலாளர். ஆனால், நடிகர்களுக்கிடையே இருந்த பிரச்னையால் ஆரம்பித்த ஆறே மாதத்தில் நடிகர் சங்கத்துக்கு மூடுவிழா நடத்திவிட்டார்கள்.

சங்கீத மேடைகளிலிருந்து நேரடியாக சினிமாவுக்கு வரும் காலம் ஆரம்பமானது. எம்.எஸ். சுப்புலட்சுமி நடித்த சேவா சதனம் படத்தின் வெற்றி, தமிழ் சினிமாவுக்கு நிறைய பாகவதர்களைக் கொண்டு வந்து சேர்த்தது. ஆனாலும், கால ஓட்டத்தில் யாராலும் நிலைத்து நிற்க முடியவில்லை. பாகவதர் என்றாலே அது தியாகராஜ பாகவதர் மட்டும்தான் என்பதில் ரசிகர்கள் உறுதி குலையாமல் இருந்தனர்.

திருநீலகண்டர். பாகவதரின் அடுத்த மாஸ்டர் பீஸ். பாகவதரைச் சிறந்த பாடகர் மட்டுமே என்று நினைத்தவர்கள் கூட, திருநீல கண்டரில் அவரது நடிப்பைப் பார்த்து, அவருக்கு சிறப்பாக நடிக்கவும் வரும் என்று ஒப்புக்கொண்டார்கள்.

பாகவதரின் வழக்கமான கூட்டணி இதிலும் தொடர்ந்தது. படத்தை இயக்கியது அப்போது தமிழ் சினிமாவில் நம்பர் ஒன் இயக்குநராக இருந்த ராஜா சாண்டோ. பாகவதர்தான் படத்தின் தயாரிப்பாளர் என்றாலும் படத்தை எடுப்பதிலும் இயக்குனரின் பணிகளிலும் எந்தவகையிலும் தலையிடவில்லை. ராஜா சண்டோவுக்கு முழுச் சுதந்தரம் கொடுத்திருந்தார்.

இயக்குநருக்கு மட்டுமல்ல, காமெடி டிராக்கைக் கவனித்துக்கொண் டிருந்த என்.எஸ். கிருஷ்ணனுக்கும் அதே சுதந்தரம் கிடைத்தது. திருநீலகண்டர் முழு நீள பக்திப்படம் என்றாலும் நடுநடுவே என்.எஸ்.கே.வின் பகுத்தறிவுப் பிரச்சாரமெல்லாம் இருந்தது.

கல்விக்கு தமிழ்ச் செல்வி என்றொரு பெண்ணைக்
கைதொழுதீரே, அந்த மங்கை,
மறையவன் நாவில் உறைவது நிஜமானால்
மலஜலம் கழிப்பது எங்கே, எங்கே?

இதற்கெல்லாம் படத்தின் தயாரிப்பாளரான பாகவதர் தடையேதும் சொல்லவில்லை. பாகவதருக்கும் என்.எஸ்.கே.வுக்கும் இடையே இருந்தது கொள்கை, கோட்பாட்டையெல்லாம் தாண்டிய பரிபூரண நட்புணர்வு.

திருநீலகண்டரான பாகவதரிடம் தனது திருவோட்டைக் கொடுத்து, பத்திரமாக வைத்திருக்கச் சொல்லிவிட்டு, காசிக்குப் போய்விட்டு வருவார் ஒரு சிவயோகி. திருவோட்டை திருப்பிக் கேட்க, வைத்த இடத்தில் காணாமல் திகைத்து நிற்கும் திருநீலகண்டர், சிவயோகி யின் காலைப் பிடித்து கெஞ்சிய வண்ணம் பாட்டுப் பாடுவார்.

'மறைவாய் புதைத்த ஓடு மறைந்த மாயம் என்ன? மாமுனியே அறியேன்...' பாகவதரின் பாட்டை அலட்சியப்படுத்தும் வகையில், சிவயோகியாக நடிக்கும் செறுகளத்தூர் சாமா பாகவதரை எட்டி உதைக்கவேண்டும். இதுதான் காட்சி.

சாமா, உதைக்க முடியாது என்று சொல்லிவிட்டார். பாகவதரோ, 'நடிப்புத்தானே பரவாயில்லை, உதைத்துவிடுங்கள்' என்றார். ஆனாலும் சாமாவால் சரியாக உதைக்க முடியவில்லை. பயம், பதற்றம், பக்தி இன்னபிற.

ஷாட் ஓகே ஆகாததால் கோபமான ராஜா சாண்டோவோ காமிரா முன்னால் வந்து நின்று, பாகவதரை நன்றாக உதைத்து இப்படி உதைக்க வேண்டும் என்று செய்து காட்டினார்.

குஸ்தி வீரனாக இருந்து சினிமாவுக்கு வந்தவர்தான் ராஜா சாண்டோ. அவர் உதைத்ததைப் பாகவதர் தவறாக எடுத்துக்கொள்ள வில்லை. பின்னாளில் ராஜா சாண்டோவுக்கு பாகவதரின் சில படங்களை இயக்கும் வாய்ப்பு பறிபோனபோது பத்திரிகைகள் இந்தச் சம்பவத்தைத்தான் கிசுகிசுத்தன.

இன்னொரு காட்சியில் படத்தில் தாசியாக நடிப்பவர், வாசலைப் பார்த்து வெற்றிலை உமிழ, அங்கே மழைக்காக ஒதுங்கிய பாகவதர் மீது விழ வேண்டும். அந்த நடிகை முடியவே முடியாது என்று அடம்பிடித்தார். ராஜா சண்டோவுக்குக் கோபம் தலைக்கேறியது. அந்த நடிகைக்கு ஓங்கி ஓர் அறை விட்டார். நடிகை எச்சில் துப்ப, பாகவதர் மீது சரியாக விழுந்து, ஷாட் ஓகே ஆனது.

படத்தின் வெளிப்புறப் படப்பிடிப்பு சிதம்பரத்தில் நடந்தது. பாகவதரைப் பார்ப்பதற்காக மாயவரம், கும்பகோணம், தஞ்சாவூர், நாகப்பட்டினத்திலிருந்தெல்லாம் மக்கள் கூட்டம் சிதம்பரத்தில் வந்து குவிய ஆரம்பித்துவிட்டது. குறிப்பாக, பெண்கள் கூட்டம்.

அதைப்பார்த்து வியந்து போன என்.எஸ். கிருஷ்ணன் சக நடிகர் களிடம் சொன்ன கமெண்ட், 'நாமெல்லாம் மக்களைத் தேடிப் போறோம். ஆனா, மக்களோ பாகவதரைத் தேடிப் போறாங்க!'

1939, செப்டம்பர். திருநீலகண்டர் படம் வெளியாகி, மிகப்பெரிய வெற்றிபெற்றது. படத்தின் அனைத்துப் பாடல்களும் வழக்கம்போல் 'ப்பர் ஹிட். 1939-ம் ஆண்டின் சிறந்த படமாக திருநீலகண்டரைக் குறிப்பிட்டார்கள். எமர்ஜென்ஸி, அரிசி பஞ்சம், உலகப்போர், எந்த நேரத்தில் குண்டு விழுமோ என்கிற அச்சமெல்லாம் இருந்தாலும் திருநீலகண்டரின் வசூலுக்குக் குறைச்சலில்லை. மக்கள் கூட்டம் கூட்டமாக தியேட்டருக்கு வந்து திருநீலகண்டர் படம் பார்த்து ரசித்தார்கள்.

இரண்டாவது உலகப்போர் ஆரம்பமான நேரம். அப்போது தமிழில் எடுக்கப்பட்ட சினிமாக்கள் புராணப் படங்களாகவும் இருபதாயிரம் அடிக்கும் அதிகமான நீளத்திலும் இந்தன. தியேட்டரில் இரண்டு முறை இடைவேளை விட்டுக்கொண்டிருந்தார்கள். படம் குறைந்தது நான்கு அல்லது ஐந்து மணி நேரமாவது ஓடும்.

ஜகதலபிரதாபன், ஆர்யமாலா, மாயா மச்சீந்திரா போன்ற படங் களெல்லாம் இருபதாயிரம் அடியை தாண்டியிருந்தன. இதனால் கச்சா ஃபிலிம் தட்டுப்பாடாக இருந்தது. திரைப்படத்தின் நீளம் பதினாறாயிரம் அடிதான் இருக்கவேண்டும் என்று பிரிட்டிஷ் அரசு கட்டுப்பாடு விதித்தும் பலனில்லை. கச்சா ஃபிலிமை விநியோகிக்க ரேஷன் முறை கொண்டு வரப்பட்டது.

தட்டுப்பாடு தொடர்ந்ததால், பிரிட்டிஷ் அரசு சில புதிய கட்டுப் பாடுகளையும் கொண்டு வந்தது. தயாரிப்பாளர் தனது மூன்று தயாரிப்புகளில் ஒன்றை, கட்டாயமாக யுத்தப் பின்னணியில் எடுத் தாகவேண்டும். முக்கியமாக நேச நாடுகளை, குறிப்பாக பிரிட்டிஷ் ராணுவத்தின் அருமை பெருமைகளைப் பற்றிச் சொல்லியாக வேண்டும். அப்போதுதான் கச்சா ஃபிலிம் கைக்குக் கிடைக்கும்.

அதுபோலவே, யுத்த காலத்தில அரசின் கொள்கைளை நேரடி யாகவோ, மறைமுகமாகவோ விமரிசித்தால் படத்தை வெளியிட முடியாது. கடுமையான தணிக்கை அமலில் இருந்த காலம் அது.

காங்கிரஸ் கட்சியின் முடிவை வெளிப்படையாக ஆதரித்து வெற்றி கரமாக ஓடிக்கொண்டிருந்த தியாக பூமி படத்துக்கு பிரிட்டிஷ் அரசு தடை விதித்தது. இந்தியாவுக்குச் சுதந்தரம் கிடைக்கும் வரை தியாக பூமியை யாராலும் பார்க்க முடியவில்லை. சினிமா உலகைச் சேர்ந்தவர்களில் சிலர் காங்கிரஸின் ஒத்துழையாமை இயக்கத்தை ஆதரித்தாலும், பெரும்பாலானவர்கள் பிரிட்டிஷ் அரசுடன் இணக்க மாக போவதைத்தான் விரும்பினார்கள். தொழில் நடத்தியாக வேண்டிய நிர்பந்தம்.

பாகவதரின் கொள்கையும் அதுதான். அரசாங்கத்தின் கெடுபிடிகள் அதிகமாக இருந்தபோது, திருநீலகண்டர் படப்பிடிப்பில் பிஸியாக இருந்தார் பாகவதர். சினிமா சம்பந்தப்பட்டவர்கள் யாரும் கஷ்டப் படக்கூடாது என்பதற்காக பிரிட்டிஷ் அரசின் கட்டுப்பாடுகளை எல்லாம் ஏற்றுக்கொண்டார்.

யுத்த நிதிக்காக பிரிட்டிஷ் அரசு, கலைஞர்களை நாடகங்கள் நடத்திக் கொடுத்து உதவக் கேட்டிருந்தது. பாகவதரும் ஒப்புக்கொண்டிருந்தார். சிறப்பு மேடைக் கச்சேரிகளில் பாடி யுத்த நிதி திரட்டி அரசாங்கத் திடம் கொடுத்தார்.

பாகவதருக்கு எதிரான செய்திகள் வர ஆரம்பித்தது அப்போதுதான். திவான் பகதூர் பட்டத்துக்கு ஆசைப்பட்டு பாகவதர் பிரிட்டிஷ் அரசாங்கத்தின் கட்டளைக்கு அடிபணிந்துவிட்டார் என்றார்கள். அந்த நேரத்தில்தான் காட்டுத்தீ போல பரவியது ஒரு வதந்தி.

பாகவதர் வீட்டில் சமையல் வேலை செய்துகொண்டிருந்த பையனை பாகவதர் கோபத்தில் அடிக்க, அந்த இடத்திலேயே சுருண்டு விழுந்து பையன் செத்துப்போய்விட்டான். அந்த வழக்கிலிருந்து தப்பிக்கவே பிரிட்டிஷ் அரசுக்கு பாகவதர் உதவி செய்கிறார். இதுதான் அந்தப் பரபரப்புச் செய்தி.

செய்தி வந்த பத்தாவது நாள், பாகவதர் தானே பத்திரிகைகளுக்கு விளம்பரம் கொடுத்தார்.

'இந்த வதந்தி முற்றிலும் ஆதாரமற்றது. என் புகழைக் குலைப்பதற் காகவே, கெட்ட எண்ணத்துடன் இதுபோல பிரசாரம் செய்யப் படுகிறது.'

ஆனால் பாகவதர், யுத்த நிதி திரட்டும் கச்சேரிகளை, ஒரு பக்கம் நடத்திக் கொண்டுதான் இருந்தார். தென்னிந்திய திரைப்பட வர்த்தக சபை ஆரம்பமான நேரம். காங்கிரஸ் தலைவர் சத்தியமூர்த்திதான் அதற்குத் தலைவராகவும் சென்னை நகர மேயராகவும் இருந்தார். பிரிட்டிஷ் அரசோடு ஒத்துப்போகும் பாகவதரின் செயல்பாடுகள் சத்தியமூர்த்திக்குக் கோபம் வரவழைத்தன.

பிரிட்டிஷ் அரசுக்கு பாகவதர் தொடர்ந்து உதவி செய்தால் பாகவதர் பட்டத்தையே பறிமுதல் செய்துவிடுவதாக பேசியிருந்தார். 'யுத்தம் வேறு; சுதந்தரம் வேறு. உலகில் போர் மேகங்கள் ழ்ந்திருக்கும் வேளையில், பிரிட்டிஷாருக்கு உதவிசெய்வதுதான் இந்தியர்களின் கடமை' என்று பதில் சொன்னார் பாகவதர்.

ஜெ. ராம்கி

அப்போது சென்னை கவர்னராயிருந்த ஸர் ஆர்தர் ஹோப் தலைமையில்தான் மாநிலம் முழுவதும் யுத்த நிதிக்காக நாடகங்கள் நடத்தப்பட்டன. பணமும் லட்சக்கணக்கில் குவிந்தது. உதவி செய்த பாகவதருக்கு திவான் பகதூர் பட்டம் கொடுக்க அரசு முன்வந்தது. திருச்சிக்குப் பக்கத்தில் திருவெறும்பூர், தஞ்சாவூர் பக்கத்தில் திருக்காட்டுப்பள்ளி என இரண்டு கிராமங்களை பாகவதர் பெயருக்கு பிரிட்டிஷ் அரசு எழுதிக்கொடுத்தது. அதை வேண்டாம் என்று மறுத்த பாகவதர், அதையெல்லாம் கிராம மக்கள் பெயரிலேயே எழுதச் செ ால்லிவிட்டார்.

★

சினிமாவிலும் நிஜத்திலும் பளிச்சென்று மனத்தில் பதியும்படி வருவதுதான் பாகவதரின் பழக்கம். வெந்நீரில் பன்னீர் ஊற்றிக் கலந்துதான் குளிப்பார். பன்னீரைக் கலந்து நன்றாக அரைத்த சந்தனம், சவ்வாது, புனுகு, அத்தர் என விதவிதமான வாசனைத் திரவியங்களை உடம்பு முழுவதும் பூசிக்கொண்டு பாகவதர் இறங்கினால் ஊரே மணக்கும்.

தினமும் புத்தம் புது சலவை கலையாத பட்டு வேஷ்டி, சரிகை போட்ட அங்கவஸ்திரம்தான். கச்சேரி ஆரம்பிக்க பத்து நிமிஷம் இருக்கும்போதுதான் சர்ரென்று காரில் வந்து இறங்குவார். கிடுகிடுவென்று தட்சிணாமூர்த்தி கோயிலுக்குள் நுழைந்தால் அர்ச்ச கர் தயாராக இருப்பார். பத்தே நிமிஷத்தில் தரிசனத்தை முடித்துவிட்டு மேடையேறிவிடுவார்.

திருநீலகண்டர் படம் இருபத்தைந்து வாரங்கள் ஓடின. வெள்ளி விழா கொண்டாட முடிவு செய்தார்கள். விழாவுக்குத் தலைமை தாங்க வந்தவர் சத்தியமூர்த்தி.

படத்தில் பாகவதர் பாடிய பாட்டை மனதாரப் பாராட்டிய சத்திய மூர்த்தி, தமக்கு அணிவித்த மலர் மாலையைக் கழற்றி பாகவதருக்கு அணிவிக்கப் போனார். பாகவதரும் சற்றே குனிந்தபோது அவரது சரிகை அங்கவஸ்திரம் நழுவி கீழே விழுந்தது.

பாகவதரின் பட்டுச் சட்டை, சரிகை அங்கவஸ்திரத்தை கவனித்த சத்தியமூர்த்தி சொன்னார், ‘இந்த சில்க் சட்டை, சரிகை போட்ட அங்கவஸ்திரத்தை விட்டுவிடுங்கள். அதற்கு பதிலா கதர் ஜிப்பா வும், கதர் அங்கவஸ்திரமும் போட்டா உங்களுக்கு நல்லா இருக்கும்.’

சொல்லிக்கொண்டே கையோடு கொண்டுவந்திருந்த கதர் அங்க வஸ்திரத்தை எடுத்து பாகவதரின் கழுத்தில் போட்டும் விட்டார். அன்றிலிருந்து பாகவதர் பட்டுச் சட்டை, சரிகை அங்கவஸ்திரம் அணிவதைக் குறைத்துக் கொண்டார்.

பாகவதருக்குக் கிடைத்த பணமும் புகழும் மற்ற சங்கீத வித்வான்களையும் யோசிக்க வைத்தது. மகாராஜபுரம் விஸ்வநாதய்யர், முசிறி சுப்ரமணிய ஐயர், ஜி.என். பாலசுப்ரமணியம், துறையூர் ராஜகோபால சர்மா, ஹரிகேசநல்லூர் முத்தையா பாகவதர் என நிறைய பேர்சினிமாவுக்கு வந்தார்கள். ஆனால், அவர்களுக்கெல்லாம் சினிமாவுலகில் எதிர்பார்த்த அளவுக்கு பெரிய வரவேற்பில்லை. திரும்பவும் சங்கீத மேடைக்கே திரும்பிவிட்டார்கள்.

வெற்றி ஒரு சிலருக்காகத்தான் காத்திருந்தது. 1939-ல் முப்பது படங்கள் வெளிவந்திருந்தாலும் பாகவதரின் திருநீலகண்டர்தான் மெகா ஹிட். கல்கியின் தியாக பூமி, வீர ரமணி போன்ற ஒரு சில படங்கள் மட்டும்தான் திருநீலகண்டரோடு போட்டி போட்டன.

அந்த ஆண்டும் பிலிம் லீக் பத்திரிகையின் கருத்துக் கணிப்பில் நடிப்பில் முதல் இடம் பாகவதருக்குத்தான். சிறந்த படம், முதல் இடம் திருநீலகண்டர். ★

12. சின்னப்பா Vs பாகவதர்

சின்னப்பா Vs பாகவதர்

அன்றைய காலகட்டத்தில் பாகவதரின் சக போட்டி யாளராக ஊடகங்களால் வர்ணிக்கப்பட்டவர்தான் பி.யூ. சின்னப்பா. பாகவதர் போலவே பாடத்தெரிந் தாலும் சின்னப்பாவுக்கு கைகொடுத்தது அவரது நடிப்புத் திறமையும், சண்டைக் காட்சிகளில் நடிக்கும் திறமையும்தான். கத்திச் சண்டை, சிலம்பம், குத்துச் சண்டை என சகல சண்டைகளையும் சினிமாவில் பிரமாதமாகச் செய்து காட்டியவர் சின்னப்பாதான்.

சின்னப்பா, பாய்ஸ் கம்பெனியிலிருந்து சினிமாவுக்கு நடிக்க வந்தவர். பாகவதரின் சத்தியசீலன் வெளிவந்த அதே ஆண்டில்தான் சின்னப்பாவின் திரைப் பிரவேச மும் நடந்தது. சந்திரகாந்தாவில், சுண்டூர் இளவரசன் என்கிற வில்லன் வேடத்தால் சின்னப்பாவுக்கு நல்ல பெயர்.

பாகவதரின் திருநீலகண்டர் வெளியான பின்னர் சின்னப்பாவின் உத்தமபுத்திரன் வெளியானது. மாடர்ன் தியேட்டர்ஸ் தயாரிப்பில் இரட்டை வேடங்களில்

நடித்த சின்னப்பாவை, உத்தமபுத்திரன் தமிழ் சினிமாவில் முன்னணிக்கு கொண்டு வந்தது. கூடவே, பாகவதருக்குப் பலமான போட்டியாளராகவும் மாற்றியிருந்தது.

பவளக்கொடி நாடகம் பாகவதரின் மாஸ்டர் பீஸ் என்றால் பி.யூ. சின்னப்பாவுக்கு கோவலன் நாடகம். பாகவதரிடமே யாராவது வந்து கோவலன் நாடகம் போடலாமே என்று கேட்டால் 'அது சின்னப்பாவுக்குத்தான் சரியா இருக்கும்' என்று சொல்லிவிடுவார்.

பாகவதரின் சத்தியசீலனும், சின்னப்பாவின் சந்திரகாந்தாவும் வெளிவந்து வெற்றிகரமாக ஓடிக்கொண்டிருந்த நேரம். இரண்டு பேரும் சேர்ந்து ஒரு நாடகத்தில் நடித்தால் எப்படியிருக்கும் என்றொரு யோசனையை யாரோ கிள்ளிப் போட்டார்கள். மக்கள் மத்தியிலும் இந்த விஷயம் பரபரப்பாகப் பேசப்பட்டது.

பாகவதருக்கும் சின்னப்பாவுக்கும் நெருக்கமான நாடகக் கம்பெனிக் காரர்கள் அதற்கான முயற்சியில் இறங்கினார்கள். அதில் வெற்றியும் பெற்றார்கள்.

நாடகத்துக்கான விளம்பரமே மக்களைத் திரும்பிப் பார்க்க வைத்தது.

'சத்தியசீலன் - சுண்டூர் இளவரசன் சந்திப்பு' என்று ஆங்காங்கே தட்டிகளும், நோட்டீஸ்களும் எதிர்பார்ப்பைக் கிளப்பின.

காரைக்குடி, ஷண்முக விலாஸ் தியேட்டரில் ஏகப்பட்ட கூட்டம். பவளக்கொடி நாடகம் நடத்துவதாகத் திட்டம். அர்ஜுனனாக பாகவதர். கிருஷ்ணாக சின்னப்பா. கூட்டத்தைக் கட்டுப்படுத்த காவல்துறை களமிறங்கியது. அன்றைய நாளிதழ்களின் முதல் பக்கத்தில் இந்தச் செய்தி முக்கியமாக இடம்பெற்றிருந்தது.

வழக்கம்போல் பாகவதரின் அறிமுகக் காட்சி. மேடையின் உள் புறத்திலிருந்து பாகவதர் பாடிக்கொண்டே வந்தார். பலத்த கைதட்டல்.

அர்ஜுனன் அல்லியுடன் வாதாடும் நான்கைந்து காட்சிகளுக்கு பின்னர்தான் கிருஷ்ணன் பிரவேசம். சின்னப்பாவும் பாடிக்கொண்டே தான் மேடைக்கு வந்தார். ஆனால் பாகவதருக்கு கிடைத்த கைத் தட்டல் சின்னப்பாவுக்கு இல்லை.

அர்ஜுனன், வண்டு கடித்து இறந்து போனதாகச் சொல்லி, கிருஷ்ணன் மாயப்பெண் உருவில் வந்து அழுது புலம்பும் காட்சி. பாகவதரின் தலையை மடியில் வைத்துக்கொண்டு சின்னப்பா பாட

ஆரம்பித்தார், 'சாக உமக்கு விதி வந்ததோ! சஞ்சலம் வண்டினால் நேர்ந்ததோ…'

சாவு வீட்டில் மாரடித்து அழும் பெண்கள் போல பாடிக்கொண்டே சின்னப்பா அழுதபோது கூட்டம் உறைந்து போனது. நாடகம் முடிந்தது. பாகவதரிடம் சின்னப்பாவுடனான நாடக அனுபவம் பற்றிக் கேட்டார்கள்.

'நான் பாட்டு சக்கரவர்த்தின்னா, அவரை நடிப்புச் சக்கரவர்த்தின்னு தான் சொல்லணும்.'

நாடக மேடையிலும் சரி, சினிமாவிலும் சரி, எல்லோரும் பாக வதரை சங்கீத வித்வானாகத்தான் பார்த்தார்கள். நடிப்பு என்றால் அது சின்னப்பாதான். ஆனால், ரசிகர்கள் மத்தியில் அப்படியொரு தெளிவு இல்லை என்றுதான் சொல்லவேண்டும்.

நாற்பதுகளில் தமிழ் சினிமா ரசிகர்கள் பாகவதர், சின்னப்பா என இரண்டு பிரிவுகளாகப் பிரிந்து நின்றார்கள். இரண்டு பேருக்குமே தீவிர ரசிகர்கள் நிறைய பேர்.

திருநெல்வேலியைச் சேர்ந்த முக்கூடல் பிராண்ட் பீடி தயாரிப்பாள ரான ஹரிராம் சேட் ஆரம்பத்தில் சின்னப்பாவின் பெரிய ரசிகர். சின்னப்பாவின் பாடல்களை அடிக்கடி கேட்பதற்காகவே கிராம ஃபோன் பெட்டியும் இசைத்தட்டும் வாங்கியிருந்தார்.

அப்போது திருநெல்வேலியில் பாகவதரின் கச்சேரி நடந்து கொண் டிருந்தது. கச்சேரிக்கு என்.எஸ். கிருஷ்ணன் அழைத்ததால் ஹரிராம் சேட்டும் சென்றிருந்தார். கச்சேரி முடிந்தது.

வீட்டுக்கு வந்த ஹரிராம் சேட், சின்னப்பாவின் இசைத்தட்டுகளை ஒன்று விடாமல் பொறுக்கியெடுத்து சுத்தியலால் அடித்து நொறுக்கி னார். அந்த நேரத்தில் ஹரிராம் சேட்டின் வீட்டுக்கு என்.எஸ். கிருஷ்ணன் வந்தார். உடன் பாகவதரும். இருவருக்கும் சேட்டின் செயல் ஆச்சரியத்தைக் கொடுத்தது. நேரே ஹரிராம் சேட்டிடமே காரணத்தைக் கேட்டுவிட்டார் என்.எஸ். கிருஷ்ணன்.

'பாகவதரோடு கச்சேரியை இப்போதான் முதல்முறையா பார்த்தேன். அதைக் கேட்ட பின்னாடி சின்னப்பாவோட பாட்டைக் கேட்கவே பிடிக்கலை. அதான் உடைச்சுட்டேன்.'

பாகவதர் சிரித்தார். கொஞ்சம் நிதானமாக ஹரிராம் சேட்டிடம் கேட்டார்.

'அப்போ... சின்னப்பா பாடறதை நேர்ல பார்த்தா என்னோட ரெக்கார்டையும் இப்படித்தான் உடைச்சுடுவீங்க, அப்படித்தானே?'

மிரண்டு போனார் ஹரிராம் சேட். பாகவதர் தொடர்ந்தார்.

'எனக்கும் சின்னப்பாவுக்கும் தொழில் ரீதியா போட்டி இருக்கலாம். ஆனா பாட்டு என்று வந்தா இரண்டு பேருக்கும் நிறைய வித்தியாசம் உண்டே. இரண்டு பேரோட பாட்டையும் கேட்டு ரசிக்கலாமே. சக கலைஞர்களைப் போட்டியா நினைச்சா, எந்தவொரு கலைஞனும் முன்னேற முடியாதுங்கிறது என்னோட அபிப்பிராயம்.'

ஹரிராம் சேட்டால் பதில் பேச முடியவில்லை. ★

13. தமிழிசை வேந்தர்

தமிழிசை வேந்தர்

'சங்கீதக் கச்சேரிகளில் கர்நாடக ராகங்களில் அமைந்த தமிழ்ப் பாடல்களை பாட வேண்டும். இப்படிச் செ ால்வதால் கர்நாடக ராகங்களில் அமைந்த சமஸ்கிருத பாடல்களுக்கோ அல்லது தெலுங்கு பாடல்களுக்கோ நாங்கள் எதிரானவர்கள் என்று புரிந்து கொள்ளக் கூடாது'

1941-ல் தமிழிசை இயக்கம் சார்பில் நடத்தப்பட்ட பொதுக்கூட்டத்தில் பாகவதர் பேசினார். ஏகப்பட்ட கைத்தட்டல். வெறும் வார்த்தைகளுடன் நிறுத்தி விடாமல், பாரதியாரின் 'சொல்லு பாப்பா' பாடலை ராகம், தாளம் பெயர் சொல்லி பாகவதர் பாட ஆரம்பித்தார். தமிழிசை இயக்கத்தை மக்கள் மத்தியில் பரப்புவதற்கு ஏற்றவர் பாகவதர்தான் என்பதை விழாவுக்கு வந்தவர்களெல்லாம் ஒப்புக்கொண்டார்கள்.

கூட்டத்துக்குத் தலைமை ராவ்பகதூர் ப. சம்பந்த முதலியார். ராஜா சர் அண்ணாமலை செட்டியார், கல்கி கிருஷ்ணமூர்த்தி, எம்.எஸ். சுப்புலட்சுமி என நிறைய

பேர் வந்திருந்தார்கள். பாகவதரைப் பாராட்டியவர்கள், பாகவதரை தமிழிசை இயக்கத்தில் இணைத்த கல்கியையும் பாராட்ட மறக்க வில்லை.

கர்நாடக இசையை தமிழ்ப் பாடல்களில் அமைத்து யாரும் எளிதில் பாடலாம் என்பதே பாகவதர் பொது மேடைகளிலும், சினிமா பாடல்கள் மூலமாகவும் சொன்ன செய்தி. தன் வாழ்நாள் முழுவதும் அதைப் பின்பற்றவும் செய்தார்.

தமிழிசையை பாகவதர் தூக்கிப் பிடித்தாலும், கர்நாடக இசை யையும், இந்துஸ்தானி இசையையும் அவர் குறை சொன்னதே யில்லை. அதே சமயம் எந்தவொரு இசையையும் தனியாகப் பிரித்து பிரபலப்படுத்துவதில் அர்த்தம் இல்லை என்பதும் அவரது கருத்து.

1940-ல் ராஜா சர் அண்ணாமலை செட்டியாரால் தொடங்கப்பட்ட தமிழ் இசை இயக்கம், நலிந்து போயிருக்கும் தமிழிசையைப் பிரபலப்படுத்த வந்தது. தமிழில் மட்டுமே இசைக் கச்சேரிகள் நடத்தப்படவேண்டும் என்கிற நோக்கத்தோடு ஆரம்பிக்கப்பட்ட இயக்கத்தில் கல்கி, பாகவதர், எம்.எஸ். சுப்புலட்சுமி போன்ற பிரபலங்கள் இணைந்த பின்னர்தான் வெகுஜன மக்களைக் கவர முடிந்தது.

தமிழிசை இயக்கம் ஆரம்பிக்கப்படும் முன்புவரை, டிசம்பர் சீசனில் தமிழுக்கு இடமில்லை. தமிழில் பாடுவதைக் கௌரவக் குறைவாக நினைத்தார்கள். தமிழ்ப்பாடல்களுக்கோ, சினிமாப் பாடல்களுக்கோ சங்கீத சபைகளில் இடமில்லை.

தமிழிசை இயக்கம் ஆரம்பிக்கப்பட்ட ஓரிரு ஆண்டுகளிலேயே வெற்றி கிடைக்க ஆரம்பித்துவிட்டது. பாகவதருக்குப் பக்க வாத்தியம் வாசிப்பதற்காகவே நிறைய கர்நாடக சங்கீத வித்வான்கள் தமிழிசைக் கச்சேரிகளில் பங்கெடுக்க முன்வந்தார்கள். அதுவே பெரிய வெற்றிதான்.

தமிழிசை இயக்கம் சார்பாக முக்கிய நகரங்களில் தமிழில் மட்டும் சங்கீதக் கச்சேரிகள் நடத்தப்பட்டன. சினிமாவில் தீவிரம் குறை யாமல் நடித்துக்கொண்டிருந்த நேரத்திலும் பாகவதர் தமிழிசை இயக்கத்துக்காக நேரம் ஒதுக்கிக் கச்சேரிகள் செய்தார். தமிழ்நாட்டின் முக்கிய நகரங்கள் அனைத்திலும் பாகவதரின் தமிழ் இசைக் கச்சேரிகள் நடைபெற்றன.

ஒவ்வொரு ஆண்டும் தமிழ் இசைச் சங்கத்தின் சார்பாக தமிழிசைக் கச்சேரிகள் நடந்தன. சென்னை, அரண்மனைக்காரத் தெருவிலுள்ள

செயிண்ட் மேரீஸ் ஹாலில் எப்போதுமே கூட்டத்துக்குக் குறைவிருக்காது. டிசம்பர் சீஸன் சமயத்தில் ஒவ்வொரு நாளும் மாலை 5.30 முதல் 8.30 வரை கச்சேரிகள் நடக்கும். எம்.எம். தண்டபாணி தேசிகர், பாகவதர், டி.கே. பட்டம்மாள், டி.என். ராஜரத்தினம் பிள்ளை, மதுரை மணி அய்யர், என்.சி. வசந்த கோகிலம், எம். எஸ். சுப்புலட்சுமி என்று ஒவ்வொரு நாளும் ஒவ்வொருத்தரின் கச்சேரி.

மெட்டுக்காகப் பாட்டா, பாட்டுக்காக மெட்டா என்கிற சர்ச்சை அப்போதே ஆரம்பித்து விட்டது. பாகவதர், ராகத்துக்காக எந்த வார்த்தையையும் சிதைக்கமாட்டார். கச்சேரியில் தேவையற்ற ஆலாபனைகளும் இருக்காது. ஆலாபனைகளையெல்லாம் நெடில் எழுத்து வரும் இடத்தில் ஆரம்பித்துவிடுவார். குறில் எழுத்து வரும் இடங்களில் ஆலோபனைக்குத் தாவிச் சென்று, ரசிகர்களை இம்சிக்க மாட்டார்.

தனக்குக் கிடைக்கும் மரியாதை, தன்னுடைய பக்க வாத்தியக்காரர்களுக்கும் கிடைக்கவேண்டும் என்று நினைத்தவர் பாகவதர். கச்சேரிக்கு நடுவே பக்க வாத்தியக்காரர்களும் அவர்களது திறமையை வெளிப்படுத்த நேரம் ஒதுக்குவார். சினிமா மட்டுமல்ல, சங்கீதக் கச்சேரிகளிலும் வெற்றிக்குக் காரணம் டீம் வொர்க்தான் என்பதை நன்றாகவே உணர்ந்தவர் பாகவதர்.

★

நாகர்கோயிலில் என்.எஸ். கிருஷ்ணன் வீட்டுப் புதுமனை புகுவிழா. ஏகப்பட்ட பிரமுகர்களும் பிரபலங்களும் வந்திருந்தார்கள். பாகவதரின் கச்சேரி அமர்க்களமாக முடிந்தது. என்.எஸ். கிருஷ்ணன், பாகவதருக்கு எல்லோர் முன்னிலையிலும் வைர மோதிரம் வழங்கினார். வைர மோதிரத்தை அன்போடு வாங்கிக் கொண்ட பாகவதர், கச்சேரியில் சிறப்பாக வயலின் வாசித்த வித்வானுக்கு அதை அன்பளிப்பாகக் கொடுத்துவிட்டார்.

ஒருமுறை யாழ்ப்பாணத்தில் பாகவதரின் கச்சேரி. மூன்று மணி நேரக் கச்சேரி நல்லபடியாக முடிந்தது. கச்சேரியை ஏற்பாடு செய்தவர்கள் மேடையில் பேச ஆரம்பித்தார்கள். பாகவதரின் பாட்டுத் திறமை பற்றியும், கச்சேரிக்குச் சரியான நேரத்தில் வந்து நடத்திக் கொடுத்தது பற்றியும் சிலாகித்துப் பேசி பேச்சை முடித்தார்கள். பாகவதர் பேச எழுந்தார். ஒரு சில சம்பிரதாய வார்த்தைகளை பேசிவிட்டு நேராக விஷயத்துக்கு வந்தார்.

‘விருந்து சாப்பாடு என்றால் சாம்பார், கறி, கூட்டு, பொரியல், ரசம், மோர் எல்லாமே சுவையாக இருந்தாக வேண்டும். அப்படி இருந்தால்தான் அது நல்ல விருந்தாக இருக்கும். ஏதாவது ஒன்று மட்டும் நன்றாக இருக்க, மற்றது பிரமாதம் என்று சொல்வதால் பயனில்லை. இன்றைக்கு என்னோட பாட்டு நன்றாக இருந்தது என்று சொன்னால் அதற்குக் காரணம் பக்க வாத்தியக்காரர்கள்தான். என் பக்க வாத்தியக்காரர்கள் வாசித்தில் லயித்துப்போனதால், அவர்களைப் புகழ்வதற்கு விழாக்குழுத் தலைவருக்கு, வார்த்தை களே கிடைக்காமல் போய்விட்டதோ என்றுதான் சொல்லத் தோன்றுகிறது.’

எந்தக் குறையாக இருந்தாலும் யாரையும் நேரடியாக விரோதித்துக் கொள்ளாமல், நாசூக்காகச் சொல்வதுதான் பாகவதரின் பழக்கம். பொதுமேடைகளிலோ அல்லது தனிப்பட்டச் சந்திப்புகளிலோ பாகவதர் கடிந்து பேசியதாகப் பதிவுகளே இல்லை.

சங்கீத வித்வான்கள் நிறைந்திருக்கும் சபை என்றால் பாகவதர் தனிக் கவனமெடுத்து பாடுவார். தப்பித் தவறி கூட சினிமா பக்கம் வந்து விடமாட்டார். என்னதான் சுருதி சுத்தமாக ஒரு சாகித்யத்தை விஸ்தார மாகப் பாடினாலும், கச்சேரிகளில் பின் சீட்டு மக்கள், சினிமாப்பாட்டு பாடும்படி கூச்சலிடுவார்கள். முன் வரிசைக்காரர்களைப் பார்த்தபடி சங்கோஜப்பட்டுதான் சினிமாப் பாட்டை ஆரம்பிப்பார்.

‘தீன கருணாகரனே...’ என்று ஆரம்பித்தால் போதும், விசில் சத்தம் காதைக் கிழிக்கும். ஆனால் பாகவதரைப் பொறுத்தவரை சங்கீதக் கச்சேரிக்கும் நாடகத்துக்கும் சினிமாவுக்கும் பெரிய வித்தியாசம் இருந்ததில்லை. சினிமாவுக்கு வந்தபின்னரும் அவ்வப்போது மேடைகளில் கச்சேரி செய்துகொண்டுதான் இருந்தார்.

திருச்சி ரேடியோவில் பாகவதரின் கச்சேரி அடிக்கடி நடக்கும். அப்போதெல்லாம் கச்சேரியை முன்னதாகவே ஒலிப்பதிவு செய்துவைத்து ஒலிபரப்பும் பழக்கமெல்லாம் இல்லை. நேரடி ஒலிபரப்பு மட்டும்தான்.

ரேடியாவில் பாடுவதை, சங்கீத வித்வான்கள் மிகவும் பெருமையாக நினைத்த காலம். பாகவதரும் வந்த வாய்ப்பைத் தட்டிக் கழித்த தில்லை. இரவு 7.15 மணி செய்தியறிக்கைக்குப் பின்னர் எப்போதும் சங்கீதக் கச்சேரி உண்டு. திருச்சியில் வானொலி நிலையம் ஆரம் பித்த காலங்களில் அடிக்கடி ரேடியோவில் வந்து கொண்டிருந்தது பாகவதரின் கச்சேரிதான்.

ஒருமுறை ரேடியோ கச்சேரிக்கு ஏற்பாடுகள் தயாராகிக்கொண் டிருந்தன. பக்கவாத்தியக்காரர்கள் உள்பட, எல்லோரும் ஏழு மணிக்கே தயாராக இருந்தார்கள். பாகவதர் மட்டும் அதுவரை ரேடியோ ஸ்டேஷனுக்கு வந்து சேரவில்லை.

பாகவதரின் வீட்டுக்குப் போன் செய்து பார்த்தார்கள். 'அவர் அப்பவே கிளம்பிட்டாரே' என்று பதில் வந்தது. இதுபோல் என்றும் நடந்ததில்லை. கச்சேரியை எதிர்பார்த்து ரேடியோ பெட்டியின் முன் காத்திருப்பவர்களுக்கு என்ன பதில் சொல்வது என்று நிலையத்தினர் தவித்துப் போனார்கள். செய்தியறிக்கை முடியவும், நிலையத்தின் வாசலில் ஒரு சைக்கிள் வந்து நிற்கவும் சரியாக இருந்தது.

பாகவதர்தான் சைக்கிளில் வந்திறங்கினார். உடம்பெல்லாம் வழியும் வியர்வையை, சரிந்து விழும் அங்கவஸ்திரத்தால் துடைத்துக் கொண்டார். மூச்சு வாங்கியது.

'மன்னிக்கணும்... வீட்லேர்ந்து புறப்பட்டாச்சு. வழியில ரெயில்வே கேட்டை மூடிட்டாங்க. பொறுத்துப் பார்த்தேன். வேறு வழி தெரியலை. நல்லவேளை, பக்கத்துலே ஒரு சைக்கிள் கடை இருந்துச்சு. அதை வாங்கி ரெயில்வே தண்டவாளத்தைத் தாண்டி வர்றதுக்குள்ளே நேரம் ஆயிடுச்சு. ஆரம்பிக்கலாமா?' என்று உள்ளே விரைந்தார்.

நாடறிந்த சினிமா நடிகராகவும் ஆகிவிட்ட பாகவதர், அன்று நினைத்திருந்தால் நிலையத்துக்கு வரமுடியாது என்று சொல்லியிருக்கலாம். அதுதான் பாகவதர்!

அதே திருச்சி வானொலியில் பாகவதரின் கச்சேரி. கச்சேரிக்கு தம்புரா வாசிக்க புதிதாக ஒரு பெரியவர் வந்திருந்தார். கச்சேரி ஆரம்பிக்கும் நேரத்தில்தான் பாகவதர் அந்தப் பெரியவரைக் கவனித்தார். நிலைய இயக்குநரை கூப்பிட்ட பாகவதர், அந்தப் பெரியவரை வாசிக்க வேண்டாம் என்று சொல்லுமாறு கேட்டுக்கொண்டார்.

சினிமாவில் பிரபலமானதும் பாகவதருக்குக் கர்வம் வந்துவிட்டதோ என்று நிலையத்தில் கிசுகிசுத்தார்கள். கச்சேரியும் ஒரு வழியாக முடிந்தது. தனக்குக் கிடைத்த சன்மானத்தை அப்படியே அந்தப் பெரியவரிடம் கொடுத்து வழியனுப்பி வைத்தார் பாகவதர்.

'தம்புரா போட வந்தாரே, அந்தப் பெரியவர் இருபது வருஷத்துக்கு முந்தி எனக்குப் பாட்டு சொல்லிக் கொடுத்த குரு. அவர் இன்னைக்கு என் கச்சேரிக்குத் தம்புரா போட வேண்டிய நிலைமை. குருவைத் தம்புரா போட வைக்கிறது அபசாரம். அதான்... வேண்டாம்னு சொல்லிட்டேன்.' ★

14. ஆஸ்தான வித்வான்

ஆஸ்தான வித்வான்

1941, ஜூலை 10. பாகவதர் நடித்த அசோக்குமார் திரைப்படம் வெளியானது. முருகன் டாக்கீஸார் தயாரித்த படம். அப்போதைய நிலையில் பாகவதருக்கு உடனடியாக ஒரு வெற்றி தேவைப்பட்டது. உத்தமபுத்திரனின் பெரிய வெற்றிக்குப் பின்னர் பி.யூ. சின்னப்பாவின் கை ஓங்கியிருந்த காலம். பாகவதரின் வழக்கமான கூட்டணிதான் இந்தப்படத்திலும் உதவியாக இருந்தது.

மௌரிய வம்ச காலத்தைச் சேர்ந்த கதைக்களம். இன்னும் சரியாகச் சொல்லவேண்டும் என்றால், அசே ாகரின் மகன் குணாளனின் கதை. படத்தில் அசோகராக நாகையா நடித்திருந்தார். தமிழ்நாட்டில் பாகவதரும் சின்னப்பாவும் உச்சத்தில் இருந்த நேரத்தில் தெலுங்கு சினிமாவில் உச்ச நட்சத்திரமாக இருந்தவர் நாகையா.

தன்னைப் போலவே தெலுங்கில் பாடி நடிக்கும் நாகையாவை பாகவதருக்கு ரொம்பவே பிடித்து

விட்டது. படத்தில் தனக்கு அப்பா கேரக்டரில் நாகையாதான் நடிக்க வேண்டும் என்று விரும்பி நடிக்கவைத்தார்.

சிந்தாமணி படத்தை இயக்கிய ஒய்.வி.ராவ்தான் அசோக்குமாரையும் இயக்குவதாக இருந்தது. ஆனால் அவர், எம்.எஸ். சுப்புலட்சுமியை வைத்து 'சாவித்ரி' என்ற படம் எடுத்துக்கொண்டிருந்ததால், வாய்ப்பை மறுத்துவிட்டார். அதற்குப் பின்னர்தான் எம்.ஜி.ஆரின் சினிமாவுலக குருவான ராஜா சந்திரசேகர், அசோக்குமார் படத்தை இயக்க வந்தார்.

அசோக்குமாரில் என்.எஸ். கிருஷ்ணன் - டி.ஏ. மதுரத்தின் காமெடி டிராக் உண்டு. படத்தில் பாகவதரின் நண்பராக, படைத்தளபதியாக நடித்தவர் எம்.ஜி.ஆர். மன்னனின் கட்டளைப்படி பாகவதரின் கண்களைப் பிடுங்க எம்.ஜி.ஆர் மறுக்க, பாகவதரே தன்னுடைய கைகளால் கண்களை பிடுங்கிக் கொள்ளும் காட்சிதான் படத்தின் ஹைலைட்.

படத்தின் இசையமைப்பாளர் ஆலத்தூர் வி. சிவசுப்பிரமணியன். பாடலை முன்கூட்டியே பதிவு செய்துவிட்டு, படப்பிடிப்பின்போது ஒலிபரப்பி அதற்கேற்ப வாயசைப்பதும் நடனமாடுவதும் இந்தப் படத்திலிருந்துதான் ஆரம்பமானது.

பூமியில் மானிட, உன்னைக் கண்டு மயங்காத, சத்வகுண போதன், தியானமே, மானிட வாழ்வு என படத்தில் பாகவதர் பாடிய அனைத்து பாடல்களும் 'ப்பர் ஹிட். இந்தப்படமும் பல ஊர்களில் ஒரு வருடம் வரைக்கும் ஓடியது. படத்தின் சில பாடல்களுக்கான மெட்டுகள் இந்தி பாடல்களிலிருந்து எடுத்தாளப்பட்டிருந்தன.

படத்தில் ஒரு இடத்தில் பாகவதர் செய்த சிறிய தவறைப் பத்திரிகைகள், பெரிய அளவில் விமரிசித்தன. இப்போதைய நடிகர்கள் சரளமாக செய்யும் தவறுதான். ஒரு காட்சியில், ஒரு இடத்தில் பாகவதர், 'குழந்தை' என்பதற்குப் பதிலாக 'குளந்தை' என்று உச்சரித்துவிட்டார். அதற்குத்தான் விமரிசனங்கள் அனல் கக்கின.

கோட்டையூரில் அழகப்பச் செட்டியார் வீட்டுக் கல்யாணம். பாகவதரின் ஸ்பெஷல் கச்சேரி நடந்தது. கச்சேரிக்கு வந்திருந்த முக்கியமான இரண்டு வி.ஐ.பிக்கள் கவிமணி தேசிக விநாயகம் பிள்ளை, இன்னொருவர் நாதசுவரச் சக்கரவர்த்தி திருவாடுதுறை ராஜரத்தினம் பிள்ளை.

எம்.கே.தியாகராஜ பாகவதர் 88

விழாவுக்கு ஏகப்பட்ட சங்கீத வித்வான்கள் வந்திருப்பதைப் பார்த்த பாகவதரும் சாஸ்திரீய சங்கீதத்தை அடிப்படையாகக் கொண்ட பாடல்களாகவே பாடிக்கொண்டிருந்தார். ராஜ ரத்தினம் பிள்ளையிடமிருந்து ஒரு துண்டுச் சீட்டு வந்தது. 'ராதே, உனக்கு கோபம் ஆகாதடி, உன்னைக் கண்டு மயங்காத பேர்களுண்டோ... பாட முடியுமா?'

பாகவதருக்கு உற்சாகம். ராஜரத்தினம் பிள்ளையே தன்னுடைய சினிமாப் பாடல்களை ரசித்து கேட்கிறாரே என்கிற ஆச்சரியம். தன்னுடைய பிராண்ட் பாடல்களை மகிழ்ச்சியாகப் பாட ஆரம்பித்தார். சங்கீத வித்வான்களிலிருந்து சாமானியர்கள் வரை கைத்தட்டி ரசித்தார்கள்.

கச்சேரி முடிந்தது. கவிமணி தேசிக விநாயகம் பிள்ளை, பாகவதரை பாராட்டிப் பேசினார்.

'இதற்கு முன் பாகவதரின் பாடல்கள் சிலவற்றை நான் கிராமஃபோன் ரெக்கார்டுகளில் கேட்டிருக்கிறேன். இப்போதுதான் முதல்முறையாக நேரில் பாடக் கேட்கிறேன். முன்னது கத்தரிக்காய் வற்றலை சமைத்துச் சாப்பிடுவது போல் இருந்தது. பின்னது அன்று பறித்த கத்தரிக்காயை அன்றே சமைத்துச் சாப்பிடுவது போல் அவ்வளவு சுவையாக இருக்கிறது. காரணம், ரெக்கார்டு எடுக்கும்போது பாட்டை விட நேரத்தைத்தான் அதிகமாகக் கவனிப்பார்கள். குறிப்பிட்ட நேரத்துக்குள் குறிப்பிட்ட பாட்டைப் பாடி முடித்தாக வேண்டும். இங்கே அப்படியெல்லாம் ஒன்றுமில்லை. பாகவதரும் சுதந்தரமாகப் பாடினார். நாமும் சுதந்தரமாகக் கேட்டோம். இங்கே வரும்போது நான் நோயுற்று வந்திருந்தேன். இப்போது அந்த நோய் நீங்கி போகப் போகிறேன். ஆம். பாகவதரின் சங்கீதம், என் நோய்க்கு யாரும் அளிக்க முடியாத சிகிச்சையை அளித்துவிட்டது.'

இன்னொரு முறை ஒரு சங்கீத வித்வானின் அறுபதாம் ஆண்டு நிறைவு விழாவில் திருவாடுதுறை ராஜரத்தினம் பிள்ளையும் பாகவதரும் சந்திக்கும் வாய்ப்பு உருவானது. பக்கத்திலிருந்த இன்னொரு பெரிய சங்கீத வித்வான், ராஜரத்தினம் பிள்ளையிடம் ஒரு நாதஸ்வர கச்சேரி செய்யுமாறு வேண்டினாராம். அதற்கு பிள்ளை சொன்ன பதில்,

'நான் வாசித்தால் சரித்திரம்தான் படைக்க முடியும், பாகவதர் பாடினால் ஒரு சகாப்தமே படைக்கமுடியும்.'

பாகவதரின் அடுத்த படம் சிவகவி 1943-ல் வெளியானது. கோவை பட்சி ராஜா ஸ்டுடியோஸ் தயாரித்த படம். ஆரம்பத்தில் படத்தை இயக்கியது ராஜா சாண்டோ. தயாரிப்பாளர் ஸ்ரீராமுலு நாயுடுவுடன் கருத்து வேறுபாடு வந்து படத்திலிருந்து விலகிக் கொண்டார். சண்டைக்கு பாகவதர்தான் முக்கியமான காரணம் என்றது ஒரு செய்தி. திருநீலகண்டர் படப்பிடிப்பில் ராஜா சண்டோ உதைத்ததை நினைவுப்படுத்தியது ஒரு கிசுகிசு.

பாதியில் நின்ற படத்தை ஸ்ரீராமுலு நாயுடுவே இயக்கி முடித்தார். வழக்கம் போல் பாகவதரின் கூட்டணியான இளங்கோவன், பாபநாசம் சிவன், ஜி. ராமநாதன், என்.எஸ். கிருஷ்ணன் - டி.ஏ மதுரம் இந்தப் படத்திலும் இருந்தது. பாகவதருக்கு ஜோடியாக நடித்தது எஸ். ஜெயலெட்சுமி. வீணை எஸ். பாலசந்தரின் மூத்த சகோதரி.

படத்தின் வில்லி, டி.ஆர். ராஜகுமாரி. பாகவதரை அறிமுகப்படுத்திய கே. சுப்ரமணியம்தான் கச்ச தேவயானியில் டி.ஆர். ராஜகுமாரியை அறிமுகப்படுத்தியிருந்தார். அடுத்தடுத்த வெற்றிப்படங்களால் டி.ஆர். ராஜகுமாரி கிடுகிடுவென்று தமிழ் சினிமாவின் நம்பர் ஒன் நட்சத்திரமாகியிருந்தார். தன் படங்களில் எப்போதும் நம்பர் ஒன் டைரக்டர், நம்பர் ஒன் கதாநாயகியைத் தேடும் பாகவதர், டி.ஆர். ராஜகுமாரியைச் சிபாரிசு செய்திருந்தார். சேர்ந்து நடித்தனர்.

சொப்பன வாழ்வில் மகிழ்ந்து... சுப்ரமண்ய ஸ்வாமி உன்னை மறந்தார்.. பாடல்தான் படத்தின் 'ப்பர் ஹிட் பாடல். இருபத் தொன்பது பாடல்கள் படத்தில் இடம்பெற்று, அனைத்துமே மக்களை ரசித்து கேட்க வைத்தன. பாகவதரே படத்தில் பத் தொன்பது பாடல்களைப் பாடியிருந்தார்.

பாகவதரின் 'ப்பர் ஹிட் வரிசையில் இன்னொரு படமும் சேர்ந்து கொண்டது. இந்தப் படமும் ஒரு வருடத்துக்கு மேல் ஓடி சாதனை படைத்தது.

வழக்கம்போல் படத்தின் மையக்கருத்துக்கு மாறாக என்.எஸ். கிருஷ்ணனின் காமெடி டிராக் அமைந்திருந்தது. காளியாக மாறுவேஷத்தில் நடிக்கும் மனைவியை கையைப் பிடித்து இழுத்து, நாத்திகப் பிரச்சாரம் செய்தார் என்.எஸ்.கே.

ஒருமுறை 'சிவகவி' படப்பிடிப்பு கோவையில் நடந்து கொண்டிருந்தது. படத்தின் இசையமைப்பாளரான ஜி. ராமநாதன்

தூங்கிக்கொண்டிருந்தார். நடுராத்திரி இரண்டு மணி. கதவை யாரோ தட்டினார்கள். ராமநாதன் எழுந்து போய் திறந்து பார்த்தால் பாகவதர்.

'தூங்கிட்டீங்களா? மன்னிக்கணும். ஒரு முக்கியமான வேலை. அதான் வந்துட்டேன்.'

'பரவாயில்லை சொல்லுங்க பாகவதரே.'

'நாளைக்கு ராத்திரி திருச்சி ரேடியோவுல கச்சேரி. காலைல இங்கிருந்து கிளம்பியாகணும். போகறதுக்கு முந்தி இந்த இரண்டு பாட்டையும் உங்ககிட்ட காட்டி, மெட்டு வாங்கிட்டு போகலாம்னு வந்தேன்.'

அடுத்த இரண்டு மணி நேரத்துக்குள் பாகவதரும் ராமநாதனும் சேர்ந்து உட்கார்ந்து மெட்டைத் தயார் செய்துவிட்டார்கள். ஒன்றுக்கு இரண்டு தடவை பாடிக்காட்டி ராமநாதன் ஓகே சொன்ன பின்னர் தான் பாகவதர் கிளம்பிப் போனார்.

ரேடியோவில் கச்சேரி மட்டுமல்ல, நடிக்கவும் செய்திருக்கிறார் பாகவதர். முதல் முதலாக பாகவதர் நடிக்கும் ரேடியோ நாடகம் என்று ஏகப்பட்ட விளம்பரத்தோடு திருச்சி வானொலி நிலையம் ஒலிபரப்பியதுதான் பில்ஹணன் நாடகம்.

நாடகத்தை எழுதிய ஏ.எஸ்.ஏ. சாமியை பாகவதருக்கு பிடித்துப் போக, தான் அடுத்து நடிக்கவிருந்த உதயணன் - வாசவதத்தா படத்துக்கு வசனம் எழுத ஒப்பந்தம் செய்துகொண்டார். பாகவதரும், வசுந்தரா தேவியும் ஜோடியாக நடிக்க படத்தின் படப்பிடிப்பும் ஆரம்பமானது.

இரண்டாம் உலகப்போரின் இறுதிகட்டம் அது. சிங்கப்பூரில் ஜப்பானிய விமானங்கள் குண்டு மழை பொழிந்து கொண்டிருந்த நேரம். அபாய அறிவிப்பு வந்தாலே பதுங்கு குழிகளைத் தேடி ஓடும் மக்கள்.

சிங்கப்பூரிலேயே செட்டிலாகிவிட்ட அந்த தமிழ்க் குடும்பமும் அப்படித்தான். பாதுகாப்புக் குழிகளைத் தேடி ஓடும்போது கூட ஓடி வர மறுக்கும் அவர்களது எட்டு வயது சிறுமியைச் சமாளிக்க ஒரே வழி கிராமஃபோன் பெட்டியும் இசைத்தட்டும்தான்.

பதுங்கு குழிகளில் ஒளிந்திருக்கும்போது கிராமஃபோன் பெட்டிக்குச் சாவி கொடுத்து இசைத்தட்டை சுழல விடுவார்கள். அவளுடைய

அழுகையும் நின்றுவிடும். முதல் பாட்டு ஒலித்ததுமே அந்தப் பெண் சமாதானமாகிவிடுவாள். எட்டு வயது சின்னப் பெண்ணையும் கட்டிப் போட்ட அந்தப் பாட்டுதான் 'பூமியில் மானிட ஜென்மம் எடுத்து...'

நாற்பதுகளில் பாகவதரின் பாடல்கள், தமிழ்க்குடும்பங்களின் அடையாளமாகவே மாறிவிட்டன. மேல்தட்டு தமிழ் குடும்பங்களாக இருந்தால் நிச்சயம் கிராமஃபோன் பெட்டி கண்டிப்பாக இருக்கும். கிராமஃபோன் இருக்கும் வீட்டிலெல்லாம் கண்டிப்பாக பாகவதரின் இசைத்தட்டுகளும் இருக்கும்.

எலிபெண்ட் வாக் என்கிற ஆங்கிலப்படத்தில் இலங்கையிலுள்ள தேயிலைத் தோட்டங்களைக் காட்டுவார்கள். தேயிலைத் தோட்டங் களில் வேலை செய்தவர்களில் பெரும்பலானவர்கள் தமிழர்கள் என்பது எல்லோருக்கும் தெரிந்ததுதான். தமிழர்கள் பாடிக் கொண்டே வேலை செய்வதுபோல் ஒரு காட்சி படத்திலும் இடம்பெற்றது. காட்சியின் பின்னணியில் வருவது பாகவதரின் 'பூமியின் மானிட ஜென்மம் எடுத்து...' பாடல்தான்.

தொடர்ந்து படங்கள் வெளியாகி வெற்றி மீது வெற்றி வந்தால் சினிமா நடிகர்களெல்லாம் பார்ட்டி வைப்பார்கள். ஆனால் பாகவதரோ அமைதி, நிம்மதியைத் தேடி கோயில் கோயிலாகச் சென்று கொண்டிருந்தார். அடுத்தப் படத்துக்கு ஒப்பந்தம் செய்ய தயாரிப்பாளர்கள் தேடிக்கொண்டிருந்தார்கள்.

ஒருமுறை பாகவதர் சென்னையிலிருந்து கிளம்பி திருச்சிக்கு அருகே உள்ள திருப்பாராய்த்துறைக்கு வந்துவிட்டார். முக்கொம்புக்கு அடுத்து காவிரியாற்றை ஒட்டியது போல் இருக்கும் திருப்பாராய்த் துறையில்தான் ராமகிருஷ்ண தபோவனம் இருக்கிறது. தபோவனத் தில் தங்கி, சுவாமி சித்பவானந்தரின் பேச்சைக் கேட்ட பாகவதருக்கு திருப்பாராய்த்துறையும் அந்த தபோவனமும் பிடித்துவிட்டன.

ஆனால் பாகவதரால் தொடர்ந்து அங்கே தங்க முடியவில்லை. இரண்டே நாள்களில் பாகவதரைத் தேடி தயாரிப்பாளர்களும் ரசிகர்களும் திருப்பாராய்த்துறைக்கு வந்து குவிந்துவிட்டார்கள்.

எந்த இடத்திலும் தங்க முடியாது என்பதைத் தெரிந்த கொண்ட பாகவதரின் ஆன்மீகப் பயணம் மேலும் தொடர்ந்தது. சோளிங்க புரம் வந்து சஞ்சீவி தீர்த்தத்தில் நீராடிவிட்டு, அங்கிருந்து திருப் பதிக்குச் சென்று பாலாஜியை தரிசனம் செய்தார். அங்கிருந்து

காஞ்சிபுரம் வந்த பாகவதர், வரதராஜப் பெருமாளை தரிசித்துவிட்டு நேராக தருமபுரத்துக்கு வந்தார்.

தருமபுர ஆதீனத்தின் தெய்வத்தமிழ் மன்றத்தில் கச்சேரி செய்யும் வாய்ப்பு பாகவதருக்குக் கிடைத்தது. சைவ சித்தாந்தத்தைப் பரப்புவதையே கொள்கையாக கொண்டு ஆரம்பிக்கப்பட்ட தெய்வத்தமிழ் மன்றத்தைப் பாட்டு மன்றமாக்கியது பாகவதர்தான். தமிழிசைக்கு முன்னுரிமை கொடுத்து பாகவதர் பாடிய பாடல்களை தருமபுர ஆதீனம் புத்தகமாகவும் அச்சிட்டு வெளியிட்டது.

ஆண்டுகொருமுறையாவது தருமபுரம் வந்து கச்சேரி செய்யப் போவதாக பாகவதர் உறுதியளித்தார். ஆதீனத்தின் சார்பில் பாகவதருக்கு கொடுக்கப்பட்ட பட்டம்தான் ஏழிசை மன்னர். சிலர் இதையே எழிலிசை மன்னர் என்றும் சொல்வார்கள்.

தருமபுர ஆதீனத்தின் ஆஸ்தான சங்கீத வித்வானாகிவிட்ட பாகவதர், ஒவ்வொரு வருடமும் சித்திரை மாதங்களில் நடக்கும் புட்டினப் பிரவேசத்தில் கலந்துகொண்டு, கச்சேரி நடத்தத் தவறியதேயில்லை. பாகவதரின் கச்சேரி முடிந்த பின்னர்தான் பட்டினப் பிரவேசமே ஆரம்பமாகும். எந்நேரமாக இருந்தாலும் பாகவதரின் கச்சேரி முடியும் வரை தருமபுர ஆதீன மடாதிபதியே ரசித்து கேட்டுக் கொண்டிருப்பார்.

சினிமாவில் நடிக்க வந்து சென்னையில் தங்க நேரிட்டாலும், சென்னையிலேயே செட்டிலாகும் எண்ணமெல்லாம் பாகவதருக்கு இல்லை. படப்பிடிப்பு, கச்சேரி சம்பந்தமாக மட்டுமே திருச்சியிலிருந்து சென்னைக்கு வருவார்.

அப்போது பாகவதரின் வீடு பாலக்கரை எடத்தெருவில்தான் இருந்தது. எடத்தெருவே ஒரு சின்ன சந்து போலத்தான் இருக்கும். பாகவதரைத் தேடி வருபவர்கள் தெரு முனையிலேயே காரை நிறுத்திவிட்டு நடந்துதான் வந்தாகவேண்டும். பக்கத்திலிருக்கும் வீடுகளையெல்லாம் வாங்கி, வீட்டைப் பெரிதாக்கலாமே என்று நண்பர்கள் ஆலோசனை சொன்னார்கள். பாகவதரோ மறுத்துவிட்டார்.

'நம்மிடம் பணம் இருக்கிறது என்கிற ஒரே காரணத்துக்காக இத்தனை வருஷம் நம்மோடு இருந்தவங்களையெல்லாம் விலை பேசி வெளியே அனுப்பலாமா? தலைமுறை தலைமுறையா ஒரே இடத்தில் இருந்து வர்றவங்களைக் கஷ்டப்படுத்தறதை விட, நாம வேற எங்கேயாவது போறதுதான் சரி.'

சொன்னது போலவே திருச்சி கண்டோன்மெண்டில் பாகவதர் ஒரு பெரிய பங்களா கட்டினார். சொந்த வீடு கட்ட வேண்டும் என்கிற அவருடைய அம்மாவின் ஆசையை நிறைவேற்றினார்.

பளிங்குக் கற்களால் இழைத்துக் கட்டப்பட்ட அந்த பிரம்மாண்டமான பங்களா திருச்சிக்கு புதுசு. பாகவதரின் பங்களாவைப் பார்த்தவர்களில் சிலர், 'வீட்டை கோயில் மாதிரி கட்டக்கூடாது' என்றார்கள். பாகவதரும் பதில் சொன்னார், 'இது வீடு அல்ல; கலைக்கோயில்!'

யார் என்ன நினைத்தாலும் பிரிட்டிஷார் அந்த பங்களாவைக் கலைக்கோயிலாகத்தான் நினைத்தார்கள். இரண்டாவது உலகப்போர் நடந்த நேரத்தில் பிரிட்டிஷார் வந்து தங்குவதற்காக பாகவதர் அந்த பங்களாவை வாடகைக்குக் கொடுத்திருந்தார். எப்போதும் பூட்சு களோடு இருக்கும் பிரிட்டிஷார் கூட, அவற்றைக் கழட்டி வெளியே வைத்துவிட்டுத்தான் பங்களாவுக்குள் சென்றனர்.

அந்த அழகு மாளிகையைச் சுற்றி பச்சைப் பசேல் தோட்டம். அதில் பூக்களும் காய்கறிகளும் நிறைந்திருந்தன. அழகழகான கார்கள் மட்டுமல்ல, குதிரை பூட்டிய வண்டியிலிருந்து மாட்டு வண்டி வரை சகலமும் இருந்தன. பின்னாளில் ஹரிதாஸ் படத்தில் தான் சவாரி செய்த வெள்ளைக்குதிரையை பாகவதர் விலைக்கு வாங்கி இந்த மாளிகையில்தான் வைத்திருந்தார். கண்டோன்மெண்டில் மாலை நேரத்தில் வெள்ளைக் குதிரையில் சவாரி செய்வது அவருடைய பொழுதுபோக்காக இருந்தது.

★

திருவையாறு இசை விழா. இரவு எட்டு மணிக்கு பாகவதரின் இசை க்கச்சேரி. பஞ்ச நதீஸ்வரர் கோயில் தெற்குப் பிரகாரத்துக்குப் பக்கத்தில் இருக்கும் பொற்றாமரைக் குளத்தை ஒட்டிய ஒரு மேடை பாகவதருக்காகத் தயாராக இருந்தது.

பாகவதர் சரியான நேரத்துக்கு வந்தார். நல்ல கூட்டம். சினிமாப் பாடல்களை ஒதுக்கிவிட்டு, சாஸ்திரிய சங்கீதத்தை அடிப்படையாகக் கொண்ட பாடல்களை மட்டுமே பாடினார்.

ஒருகாலத்தில் எந்த பாகவதரைக் கச்சேரியே செய்யக்கூடாது என்று சொன்னார்களோ, அதே பாகவதருக்குத்தான் யாருக்குமே வராத கூட்டம் கூடியிருந்தது. சங்கீத சீசன் ஆரம்பித்தவுடனே பத்திரிகைகள் விவாதிக்கு விஷயம், திருவையாறில் கச்சேரி செய்ய பாகவதர் எப்போது வருவார் என்பதுதான்.

கச்சேரி ஆரம்பமானது. மூன்று மணி நேரம் போனதே தெரியவில்லை. மூன்று நிமிஷத்தில் கச்சேரி முடிந்துவிட்டது போலிருந்தது. கச்சேரி முடிந்ததும் விழா கமிட்டியினர் பாகவதரைத் தெற்கு கோபுர வாசலில் இருந்த ஆள்கொண்டார் சந்நிதிக்கு அழைத்துச் சென்றார்கள். பாகவதரை பார்க்க அங்கே மக்கள் கூட்டம் நெருக்கியடித்தது.

சிறப்பு பூஜைகள் செய்யப்பட்டு, ஆள்கொண்டாருக்கு ஆரத்தி காட்டி, கையில் ரோஜாப்பூ மாலையோடு பாகவதரை நோக்கி தள்ளாடியபடியே வந்து கொண்டிருந்தார் அர்ச்சகர். சின்ன வயதில் தியாகராஜனின் குடுமியை, மற்ற சிறுவர்களிடமிருந்து காப்பாற்றிய அர்ச்சகர், பிரசாதம் கேட்டு தியாகராஜன் நச்சரிக்கும்போது தலையில் கொட்டிய அதே அர்ச்சகர். அதுவொரு உணர்ச்சிப்பூர்வ சந்திப்பு.

★

டி.ஆர். ராஜகுமாரி புதுவீடு கட்டியிருந்தார். கிரஹப்பிரவேச விழா. ரோட்டை அடைத்து பந்தல் போட்டிருந்தார்கள். சி.எஸ்.ஜெய ராமனின் கச்சேரி களைகட்டியது. சினிமா நட்சத்திரங்களெல்லாம் உட்கார இடமின்றி நின்று கொண்டிருந்தார்கள். வெள்ளம்போல் மக்கள் கூட்டம். ஆங்காங்கே வைக்கப்பட்டிருந்த மின்சார விளக்குகள் அந்தப்பகுதியையே பகலாக்கிக் கொண்டிருந்தன.

திடீரென்று கூட்டத்தில் சலசலப்பு. விசில்கள், கைதட்டல்கள் ஒலிக்க ஆரம்பித்தன. பாகவதர் நடந்து வந்து கொண்டிருந்தார்.

நேராக மேடைக்கு வந்தவர் அங்கிருந்த நாற்காலியில் உட்கார்ந்து கச்சேரியை ரசிக்க ஆரம்பித்ததும் கூட்டத்தில் ஆரவாரம். பாகவதர் எங்கெல்லாம் ரசித்து தலையை ஆட்டினாரோ அங்கெல்லாம் ரசி கர்களும் தலையாட்டி கைதட்டினார்கள்.

அரைமணி நேரத்துக்கு பின்னர் சி.எஸ் ஜெயராமனைப் பாராட்டிவிட்டு பாகவதர் கிளம்பினார். பாகவதர் கிளம்பியதும் ஆரவாரங்கள் அடங்கிப் போயின. அவ்வளவு நேரம் அங்கு நிரம்பிவழிந்து கொண்டிருந்த கூட்டம் காணாமல் போயிற்று. பாகவதர்! ★

15. மன்மத லீலையை...

அன்று தீபாவளி. (1944, அக்டோபர் 16) ரசிகர் களுக்கும்தான். பாகவதரின் 'ஹரிதாஸ்' படம் 'லீஸ். தியேட்டர்கள் களைகட்டின.

பாய்ந்தோடும் வெள்ளைக் குதிரையின் கால்கள், அசைந்தபடியே செல்லும் தலை என்று படிப்படியாக காமிரா நகர்ந்து பாகவதரின் சிரித்த முகத்தை ஃபோகஸ் செய்கிறது.

'ஹேய்... வாழ்விலோர் திருநாள்'

பாகவதர் பாடிக்கொண்டே குளோஸப் ஷாட்டில் கண்ணடிக்கிறார். தமிழ் சினிமாவில் எல்லா ஹீரோக் களுக்கும் இருப்பதுபோலவே அசத்தலான அறிமுகக் காட்சி. அந்த அறிமுகக் கண்ணடிப்புக் காட்சியிலேயே அத்தனைப் பெண்களும் மயங்கிப் போகின்றனர். தங்களை வேலைகளையெல்லாம் மறந்து போகின் றனர். பாகவதரின் அழகில் சொக்கி பின்தொடரும் பெண்களின் கண்களைக் கட்டித் திரும்பவும் வீட்டுக்கு

அழைத்துச் செல்ல குடும்பத் தலைவர்கள் சிரமப்படுகிறார்கள். படத்தின் காட்சியில் மட்டுமல்ல, நிஜத்திலும் அதுவே நிகழ்ந்தது.

படத்தில் அடுத்த காட்சி. ஊஞ்சாலாடிக் கொண்டிருக்கிறாள் ஒரு சின்னப் பெண். பாகவதர் அவளை நோக்கி வருகிறார். அவரைப் பார்த்து மிரளும் அந்தப் பெண், தொடை தெரிய ஓடுகிறாள். பாகவதரும் விடாமல் துரத்துகிறார். கைக்கெட்டும் தூரத்தில் அந்தப் பெண் இருக்கும்போது ஒரு நபர் குறுக்கிடுகிறார். 'இதையா துரத்திக்கிட்டு வந்தே? இதைவிடப் பிரமாதமான உருப்படி வந்துருக்கே' என்றதும் அப்படியே விட்டுவிட்டு பாகவதர் புதுப் பெண்ணைத் தேடிப் போகிறார்..

போகிற அவசரத்திலும் மோதிரத்தை கழற்றி அந்தச் சின்னப் பெண்ணின் காலடியில் வீசிவிட்டு போகிறார். நன்றியோடு குனிந்து மோதிரத்தை எடுக்கும் அந்தப் பெண்தான் பண்டரிபாய். அதுவரை பக்திப் பழமாக நடித்து வந்த பாகவதருக்கு ஹரிதாஸில் பிளேபாய் ரோல். எப்படியெல்லாம் இருக்கக்கூடாது என்று ஆரம்பத்தில் செ ால்லிவிட்டு, படத்தின் பிற்பகுதியில் எப்படி இருக்க வேண்டும் என்பதைக் காட்டும் கதைதான் ஹரிதாஸ் அல்லது பக்த விஜயம்.

பெற்றோரை மதிக்காத ஹரி (பாகவதர்), மனைவி லட்சுமியின் (வசந்தகோகிலம்) பேச்சைக் கேட்டு அவர்களை வீட்டை விட்டு வெளியேற்றுகிறார். ரம்பாவின் (டி.ஆர். ராஜகுமாரி) அழகில் மயங்கி 'தாட்டத்தில் தோற்கிறான்.

மனைவியைப் பிரிந்து காசிக்குப் போகும் வழியில் ஒரு முனிவரை ஏளனமாகப் பேசி, சாபத்துக்கு ஆளாகி இரண்டு கால்களையும் இழக்கிறான். தற்கொலை செய்துகொள்ளப் போகும் நேரத்தில் பெற்றோர்கள் வந்து காப்பாற்றுகிறார்கள். மனம் திருந்தி பெற் றோர்களுக்குச் சேவை செய்து, காட்டில் வாழ்க்கை நடத்துகிறான்.

மனம் திருந்திய லட்சுமியும் ஹரியைத் தேடி வர, இழந்து போன சொத்துகளும் கைக்குக் கிடைக்கின்றன. பெற்றோர்களின் சே வையில் லயித்து இருக்கும் ஹரியைத் தேடி ஸ்ரீகிருஷ்ணர் வீட்டு வாசலுக்கு வந்து காத்திருக்க, ஸ்ரீகிருஷ்ணரை விட பெற்றோர்களே முக்கியம் என்று வாதம் செய்கிறார் ஹரி. முடிவில் ஸ்ரீகிருஷ்ணர் பிரத்யட்சமாகி சுபம்.

வில்லை வளைத்து ரம்பா விட்ட அம்பு, உத்தரத்தில் இருக்கும் காதல் சின்னத்தில் பட்டு பாகவதர் மேல் பூமாரி பொழிவதோடு ஆரம்பமாகிறது அந்த சாகாவரம் பெற்ற பாடல்.

'மன்மத லீலையை வென்றார் உண்டோ?'

பாகவதர் பாடப்பாட, டி.ஆர். ராஜகுமாரியின் சதிர் கச்சேரிதான் படத்தின் ஹைலைட்.

'நின் மதி வதனமும்

நீள் விழியும் கண்டு...'

'ரம்பா!'

'ஸ்வாமி!'

ரம்பா என்னும் வார்த்தையில் போதை கொப்பளிக்கும்.

பக்கத்தில் வரும் டி.ஆர். ராஜகுமாரியின் முகம் பார்த்து பாகவதர், காற்றில் அனுப்பும் முத்தத்தை காமிரா கச்சிதமாக படம் பிடித் திருக்கும்.

படம் முழுவதும் பதினெட்டு பாட்டுகள். எல்லாப் பாடல்களுமே இரண்டே நிமிஷத்தில் சுருக்கமாக முடிந்தன. எல்லாவற்றையும் ரசிகர்கள் ரசித்தார்கள். க்ளைமாக்ஸில் பாகவதர் பாடும் 'ஜெய கிருஷ்ணா முகந்தா முராரே...' பாடலில் ரசிகர்கள் உருகிப் போயினர்.

படம் வெளியான அதே தீபாவளி நாள். நண்பர்களுக்கு வாழ்த்துச் சொல்ல தன்னுடைய திருச்சி பங்களாவிலிருந்து குதிரை வண்டியில் கிளம்பிப் போன பாகவதருக்கு விபத்து நேர்ந்தது.

சாலையில் கொட்டி வைக்கப்பட்டிருந்த கருங்கல் குவியலில் வண்டிச்சக்கரம் ஏறி குடை சாய்ந்து பாகவதரின் முழுங்கால் இரண்டிலும் நல்ல அடி. ஹரிதாஸ் படத்திலோ இரண்டு கால்களையும் இழந்து தரையில் ஊர்ந்து கொண்டே செல்வதுபோல் சில காட்சிகள். இந்த ஒற்றுமையைப் பத்திரிகைகளும் எழுதித் தள்ள, மக்களின் பேச்செல்லாம் பாகவதர் பற்றித்தான்.

சுந்தர்ராவ் நட்கர்னியின் சிறப்பான இயக்கம். என்.எஸ். கிருஷ்ணன் - டி.ஏ. மதுரத்தின் காமெடி டிராக். இது தவிர பாகவதரின் வழக்க மான வெற்றிக்கூட்டணியான இளங்கோவன் வசனம், பாபநாசம் சிவன் பாடல்கள், ஜி.ராமநாதன் இசை எல்லாமே ஹரிதாஸில் இருந்தது. அந்தக் காலகட்டத்தில் மக்களுக்குத் தேவையான பக்தி, பாடல், பொழுதுபோக்கு, காதல், ஊடல், காமெடி என எல்லாமே படத்தில் சரியான அளவில் கலந்திருந்தன.

பதினாரோயிரம் அடியில் வந்த படம்தான் கிட்டதட்ட 110 வாரங்கள் ஓடியது. சென்னை ராயல் டாக்கீஸில் மூன்று தீபாவளியைக்

கண்ட ஹரிதாஸின் சாதனையை இதுவரை எந்தவொரு தமிழ் சினிமாவும் முறியடிக்கவில்லை.

சிந்தாமணி வெற்றியால் கிடைத்த லாபத்தில் மதுரையில் சிந்தாமணி என்கிற பெயரில் தியேட்டர் கட்டிய ராயல் டாக்கீஸார், ஹரிதாஸ் படத்தின் மூலம் கிடைத்த லாபத்தில் லையன் பிராண்ட் பனியன் என்னும் புது கம்பெனியையே ஆரம்பித்தார்கள்.

ஹரிதாஸ், பாகவதரை யாரும் தொட முடியாத உயரத்தில் கொண்டு சென்றது. படத்துக்குக் கிடைத்த அமோக வரவேற்பு பலரை ஆச்சர்யப்படுத்தியது. பாகவதருக்கு மட்டுமல்ல, படத்தில் பங்கேற்ற நிறைய கலைஞர்களுக்கும் ஹரிதாஸ்தான் மாஸ்டர் பீஸ்.

ஒரு படத்தை நடித்து முடித்துவிட்டுத்தான் அடுத்த படத்தை ஆரம்பிப்பது என்கிற பாகவதரின் வழக்கம் மாறிப்போனது. காரணம், வீட்டு வாசலில் வந்து குவிந்த தயாரிப்பாளர் கூட்டம்தான். பாகவதரின் சம்பளம் கூடியது. தமிழ் சினிமாவிலேயே அதிகபட்ச சம்பளமாக ஒரு லட்ச ரூபாய் வாங்க ஆரம்பித்தார்.

ஹரிதாஸ் படத்தில் வரும் வெள்ளைக்குதிரையின் மீது பாகவதர் உட்கார்ந்திருக்கிறார். பாகவதரைச் சுற்றிலும் மின்னும் பத்து நட்சத்திரங்கள். சிகரத்தில் இருந்த பாகவதரின் சினிமா வெற்றியைச் சுருக்கமாகச் சொன்னது அந்த ஆளுயர போஸ்டர். ராஜயோகி, வால்மீகி, பில்ஹணன், ஸ்ரீமுருகன், உதயணன், பக்தமேதா, ஜீவகன், காளிதாஸ், நம்பியாண்டார் நம்பி என்று பாகவதர் நடிக்கப் போகும் அடுத்தடுத்த படத்தின் டைட்டில்கள்.

நாடு, நகரம், பட்டிதொட்டி, மூலைமுடுக்குகள், கிணற்றடி, ஆற்றங்கரை என்று திரும்பிய பக்கமெல்லாம் பாகவதர் பற்றியே பேச்சு. சங்கீதப் பண்டிதர் முதல் சாதாரண பாமரன் வரை பாகவதரின் பாடலைக் கேட்டுக் கிறுகிறுத்துப்போனார்கள்.

ரேடியோவிலும் கிராமஃபோனிலும் எப்போதும் பாகவதரின் பாட்டுதான். தெருவெங்கும் பாகவதரின் போஸ்டர்தான். மாட்டு வண்டியில் பாகவதரின் ஹரிதாஸ் போஸ்டரை இரண்டு பக்கமும் மாட்டிக்கொண்டு தியேட்டர்காரர்கள் விநியோகிக்கும் ஹரிதாஸ் பட நோட்டீஸை வாங்கிக்கொள்ள குழந்தைகள் மத்தியில் கடும் போட்டியே நடந்தது.

பாகவதரின் பாடல்கள் வியாபாரத்துக்கு உதவ ஆரம்பித்தன. கீரை, கொத்துமல்லி, கருவேப்பில்லை விற்பவர்கள் கூட வெறுமனே

கூவிக்கொண்டு விற்காமல், வார்த்தைகளை மாற்றிப்போட்டு, கொஞ்சம் நீட்டி முழுக்கி, பாகவதர் ஸ்டைலில் பாடிக்கொண்டே வியாபாரத்தை நடத்தினார்கள். பிச்சை எடுப்பவர்கள் கூட ராகத்தோடு பாகவதரின் பாட்டைப் பாடித்தான் பிச்சையெடுத்தார்கள்.

மதுரையில் கச்சேரி ஒன்றை முடித்து விட்டு பாகவதர் காரில் ஊர் திரும்பிக் கொண்டிருந்தார். வழியில் ரயில்வே கேட் மூடியிருந்தது. பாகவதர் காரில் காத்துக் கொண்டிருந்தார்.

அந்தச் சமயம் விறகுகளை ஏற்றிக்கொண்டு கட்டை வண்டி ஒன்று, பாகவதரின் காருக்குப் பக்கத்தில் வந்து நின்றது. நடுத்தர வயதுள்ள வண்டிக்காரர், அவனது கட்டைக் குரலில் 'ஆஹா... என்ன பேரானந்தம்!' என்ற பாகவதரின் பாடல் ஒன்றை ராகம் போட்டுப் பாடிக் கொண்டிருந்தார்.

பாட்டைக் கேட்டு காரிலிருந்த பாகவதர் தலையை வெளியே நீட்டினார். கட்டை வண்டிக்காரனும் பாகவதரை அடையாளம் கண்டுகொண்டான். சந்தோஷத்தில் கட்டை வண்டியை மறந்தான்.

ஏதோ தெய்வத்தைப் பார்த்தது போல் மெய்மறந்து பாகவதரைப் பார்த்தவாறே ஓடி வந்து நின்றான். பாகவதரும் கையை அசைத்துக் கூப்பிட்டு அவனைப் பற்றி விசாரித்தார்.

'ஐயோ சாமி! நான் கொடுத்து வெச்சவன். எவ்வளவோ காலமா உங்களைப் பார்க்கணும்னு ஏங்கிட்டிருந்தேன். இன்னைக்குப் பார்க்க முடிஞ்சுதே. இருங்க சாமி.' என்று சொல்லிவிட்டு, ஓட்டமாக ஓடி பக்கத்திலே இருந்த பெட்டிக்கடை ஒன்றில் சோடா ஒன்று வாங்கி வந்தார்.

'நீங்க இந்த சோடாவை சாப்பிட்டுத்தான் போகணும்!' - என்று உரிமையோடு சொன்னார். பாகவதரின் கார் டிரைவர் கொஞ்சம் கோபமடைந்து விட்டார்.

'ஐயா இந்த சோடாவையெல்லாம் குடிக்க மாட்டார்' என்று செ ால்லி அவரிடமிருந்து சோடா பாட்டிலைப் பிடுங்கப் போனார். ஆனால் பாகவதர் தடுத்துவிட்டார்.

'இங்கே சோடாவா பெரிது? வாங்கிக்கொடுத்த அவரது மனம்தான் பெரிது. தடுக்க வேண்டாம்' என்று சொல்லிக்கொண்டே காரி லிருந்து இறங்கியவர், சோடாவை இரு கைகளாலும் வாங்கி மடக் மடக்கென்று குடிக்க ஆரம்பித்தார். வண்டிக்காரனுக்கு கிடைத்த சந்தோஷத்தைச் சொல்ல வார்த்தைகளில்லை.

வெகுஜன மக்களுக்கு எது பிடித்த விஷயம் என்பது பாகவதருக்கு தெரியும். பாகவதரின் படங்கள் கூட அப்படிப்பட்ட ஃபார்முலாக்களில் உருவாக்கப்பட்டவைதான்.

விட்டேற்றியாக ஊர் சுற்றும் இளைஞன், மனம் திருந்தி, பக்தி மார்க்கத்துக்கு திரும்புவதுதான் பாகவதர் படங்களின் ஒன்லைன். படத்தின் க்ளைமாக்ஸ் காட்சியில் சிவனோ, முருகனோ, கிருஷ்ண பகவானோ பிரத்யட்சியமாகி அருளாசி வழங்குவார்கள். படத்தில் தாசி கேரக்டர் நிச்சயம் உண்டு. தாசிகளை நல்ல கண்ணோட்டத்தில் படம்பிடித்துக் காட்டியதும் பாகவதர் படங்கள்தான்.

பாட்டில் மட்டுமல்ல, வசன உச்சரிப்பிலும் பாகவதரிடம் வித்தியாசம் உண்டு. அடிவயிற்றிலிருந்து வர வேண்டிய அலறல் கூட பாகவதரின் மேல் வாயிலிருந்து மெதுவாக வரும். பாகவதர் அடிக்கடி சொல்லும் வார்த்தை 'ஓஹ்ஹோ!'

முதன்முதலில் ஒரு சினிமா நடிகரைப் பார்க்க மக்கள் கூட்டம் கூட்டமாக ஓடி வந்தது பாகவதருக்காக மட்டுமே. ஒரு முறை கொச்சின் சென்றுவிட்டுத் திரும்பும்போது பாகவதரைப் பார்த்தே ஆகவேண்டும் என்று மக்கள் வழியிலிருந்த ஸ்டேஷன்களில் கூடி நின்றதால் ரயில் ஐந்து மணி நேரம் தாமாதமாகப் போனது.

பாகவதர் ரயிலில் போகிறார் என்றார் போகும் வழியில் இருக்கும் அனைத்து ஸ்டேஷன்களிலும் பிளாட்பார டிக்கெட் விற்றுப் போகும். ரயில் நிற்கத் தேவையில்லாத ஊர்களில் கூட, நிறுத்த வேண்டியதிருந்தது. பாகவதர் கோச் வாசலில் வந்து நின்று கைகளை ஆட்டினால் மட்டுமே ரயிலை நகர்த்த முடியும். மகாத்மா காந்திக்குப் பின்னர் அப்படியொரு கூட்டம், தமிழ்நாட்டில் பாகவதருக்குத்தான் கூடியது.

★

1944, டிசம்பர் 27. யுத்த செய்திகளை கேட்பதற்காக, ரேடியோ முன் குழுமியிருந்த மக்கள் அந்தச் செய்தியைக் கேட்டதும் உறைந்து போயினர்.

'லட்சுமிகாந்தன் கொலை சம்பந்தமான வழக்கில் பிரபல சினிமா நடிகர் எம்.கே. தியாகராஜ பாகவதர் கைது செய்யப்பட்டார்.'

16. லஷ்மிகாந்த க(ா)ண்டம்!

லஷ்மிகாந்த க(ா)ண்டம்!

காலை பத்து மணி இருக்கும். வேப்பேரி போலீஸ் நிலையம் அருகிலிருந்த ஜெனரல் காலின்ஸ் ரோட்டில் அந்த ரிக்ஷா சென்றுகொண்டிருந்தது. சாலையின் குறுக்கே வந்த ஒரு கும்பல் ரிக்ஷாவைச் சுற்றி வளைத்தது.

லஷ்மிகாந்தன் பதறிப் போனார். தன் வக்கீலைப் பார்த்துவிட்டு வீடு திரும்பிக்கொண்டிருந்தார் அவர்.

கையில் கூரான கத்தியோடு ஐந்து பேர் முன்னால் வந்து நின்றதும் ரிக்ஷாவை ஓட்டி வந்த கோபால் பயந்து போனான். கும்பலில் வாட்டசாட்டமாக இருந்தவன் விட்ட அறையில் கோபாலின் கன்னம் சிவந்துபோனது. பயந்து போன கோபால், வண்டியை அப்படியே விட்டுவிட்டு ஓடவே, லட்சுமிகாந்தன் மட்டும் தனியாளாக மாட்டிக்கொண்டார்.

ரிக்ஷாவை அப்படியே பின்புறமாக கவிழ்த்து, லட்சுமி காந்தனைக் கீழே தள்ளிவிட்டார்கள். கும்பலுக்கு தலைவன் போல் இருந்தவன் முன்னோக்கி வந்து,

தன்னிடமிருந்த பிச்சுவா கத்தியால் லட்சுமிகாந்தனின் நெஞ்சில் குத்தினான். இன்னொருவன் பேனாக்கத்தியை விரித்து நெஞ்சுக்குக் கீழ்ப்பகுதியில் குத்தவே ரத்தம் பீறிட்டுக் கிளம்பியது.

அடுத்தடுத்து நெஞ்சில் சராமரியாக கத்திக் குத்துகள் விழுந்தன. வலி தாங்க முடியாத லட்சுமிகாந்தன் அலற ஆரம்பிக்கவே, பிச்சுவா கத்தியை மட்டும் கீழே போட்டுவிட்டு, ஓட்டம் பிடித்தது அந்தக் கும்பல்.

சமாளித்து எழுந்து உட்கார்ந்தார் லட்சுமிகாந்தன். உதவி செய்ய மக்கள் ஓடி வந்தார்கள். நெஞ்சைத் துளைத்துக் கொண்டிருந்த பிச்சுவா கத்தியை பிடுங்கி வீசிய லட்சுமிகாந்தன், வக்கீல் வீட்டை நோக்கி நடக்க ஆரம்பித்தார்.

ரத்தம் வழியும் சட்டையோடு நடந்து வரும் லட்சுமிகாந்தனைக் கவனித்த வக்கீல், இன்னொரு ரிக்ஷாவில் அவரை ஏற்றி ஜெனரல் ஆஸ்பத்திரிக்கு அனுப்பி வைத்தார். கூடவே ஒரு நண்பரையும் உதவிக்கு அனுப்பி வைத்தார்.

ஆஸ்பத்திரிக்குப் போகும் வழியில் ரிக்ஷாவை நிறுத்தச் சொன்ன லட்சுமிகாந்தன், அருகிலிருந்த வேப்பேரி போலீஸ் ஸ்டேஷனுக்குள் நுழைந்தார். வடிவேலு என்பவனும், முப்பது வயது மதிக்கத்தக்க இன்னொருவனும் தன்னைக் கத்தியால் குத்திவிட்டதாகப் புகார் எழுதிக் கொடுத்துவிட்டு, திரும்பவும் ரிக்ஷாவில் ஏறிக்கொண்டார். ஜெனரல் ஆஸ்பத்திரியில் அனுமதிக்கப்பட்டார். இந்தச் சம்பவம் நடந்த நாள், 1944, நவம்பர் 8.

அடுத்தநாள் லட்சுமிகாந்தனின் உடல்நிலை மிகவும் கவலைக்கிட மாகிப் போனதால், டாக்டர்கள் அவரை அவசர சிகிச்சைப் பிரிவுக்கு மாற்றினர்.

அதற்குள் வடிவேலுவை போலீஸ் சுற்றி வளைத்திருந்தது. சிகிச்சை பலனளிக்காத லட்சுமிகாந்தன், இறந்து போனார். வழக்கு, கிரிமினல் வழக்கானது.

வடிவேலுவை போலீஸ் விசாரிக்க ஆரம்பித்தது. அவனது கூட்டாளி களுக்கும் வலை விரிக்கப்பட்டது.

யார் இந்த வடிவேலு? இவருக்கும் லட்சுமிகாந்தனுக்கும் என்ன தொடர்பு?

ஒரு ஆங்கில நாளிதழில் புரூப் ரீடராக வேலை பார்த்தவர் வடிவேலு. தன்னுடைய மைத்துனி ஜானகியுடன் வடமலைப்

பிள்ளைத் தெருவில் உள்ள வீட்டில் குடியிருந்து வந்தார் அவர். அந்த வீட்டை லட்சுமிகாந்தன் விலைக்கு வாங்கினார். ஏற்கெனவே லட்சுமிகாந்தனுக்கும் வடிவேலுக்கும் பல்வேறு விஷயங்களில் தகராறுகள் ஏற்பட்டிருந்தன.

வீடு தன் கைக்கு வந்துவிட்டதால், வீட்டைக் காலி செய்யும்படி லட்சுமிகாந்தன் வடிவேலுவிடம் சொல்லவே, மீண்டும் பிரச்னை ஆரம்பித்தது. வடிவேலு வீட்டைக் காலி செய்ய மறுத்தார்.

லட்சுமிகாந்தனுக்குச் சண்டை என்றாலே ஆர்வம் அதிகம். யாரிடமும் ஒத்துப்போகக்கூடியவர் அல்ல. தன்னுடைய ஆட்களை அனுப்பி வலுக்கட்டாயமாக வீட்டைக் காலி செய்ய நினைத்தார். நடக்கவில்லை. வேறு வழியின்றி கோர்ட் படியேறினார். வக்கீல் நோட்டீஸ் அனுப்பினார். வடிவேலு அசைந்து கொடுக்கவில்லை. வடிவேலுவும் லட்சுமிகாந்தனும் பரஸ்பரம் சண்டையிட்டுக் கொண்டார்கள்.

1944, அக்டோபர் 19. தன்னுடைய வீட்டைக் காலி செய்ய மறுத்து மிரட்டுவதாக வடிவேலுமீது சென்னை மாகாண மாஜிஸ்திரேட் கோர்ட்டில் லட்சுமிகாந்தன் வழக்கு தொடர்ந்தார். விஷயம் கோர்ட்டுக்குப் போனதால் வடிவேலுவுக்குப் பயங்கர கோபம்.

பத்தே நாளில் லட்சுமிகாந்தன் நடுரோட்டில் தாக்கப்பட்டார். வடிவேலுவும் இன்னொருவரும் சேர்ந்து தன்னைக் கொல்ல முயன்றதாகவும் இதனால் தனது கழுத்தில் காயம் ஏற்பட்டதாகவும் காவல்துறையிடம் புகாரும் செய்தார். இதையடுத்து லட்சுமிகாந்தன் - வடிவேலு மோதல் முற்றிப்போய் விஸ்வரூபம் எடுத்தது.

வடிவேலுவுக்கு லட்சுமிகாந்தன் மட்டும்தான் எதிரி. லட்சுமி காந்தனுக்கோ திரும்பிய பக்கமெல்லாம் எதிரிகள். காரணம் அவர் செய்துவந்த தொழில்தான். பிரபலங்களின் அந்தரங்க வாழ்க்கையை விலாவாரியாக எழுதுவதுதான் லட்சுமிகாந்தனின் பிரதான தொழி லாக இருந்தது. இதற்காகவே இந்து நேசன் என்னும் மஞ்சள் பத்திரிக்கையை நடத்தி வந்தார்.

இந்து நேசனின் விற்பனை அமோகமாக இருந்தது. இந்தியாவில் இருக்கும் பெண்களின் கற்பை, காமுகன்களிடமிருந்து காப்பாற்று வதே தன்னுடைய லட்சியம் என்பதுதான் லட்சுமிகாந்தன் அடிக்கடி விடும் ஸ்டேட்மெண்ட்.

லட்சுமிகாந்தன் பத்திரிகைத் தொழிலுக்கு வருவதற்கு முன்பு வக்கீல் களுக்கு கேஸ் பிடித்துக் கொடுக்கும் வேலையை செய்து கொண்

டிருந்தார். அந்த வேலையைச் செய்பவர்களை டவுட் (Tout) என்று சொல்வார்கள். வக்கீல்கள் வட்டாரத்தில் லட்சுமிகாந்தனுக்கு டவுட் லட்சுமிகாந்தன் என்று தனிப்பெயரே உண்டு.

மோசடிப் பத்திர வழக்கு ஒன்றில் பொய் கையெழுத்துப் போட்டதாக மாட்டிக்கொண்ட லட்சுமிகாந்தனுக்கு, சிறைத் தண்டனை விதித்து, ராஜமுந்திரிக்கு அனுப்பி வைத்தார்கள். ஓடும் ரயில் இருந்து குதித்துத் தப்பியோடினார் லட்சுமிகாந்தன். நீண்டநாள் கழித்துத்தான் காவல்துறை அவரைக் கண்டுபிடித்தது. அதற்குள் அவரது கிரிமினல் தொடர்புகளெல்லாம் வெளிச்சத்துக்கு வந்து விட்டன.

திரும்பவும் ஒரு வலுவான வழக்கில் லட்சுமிகாந்தனைச் சிக்க வைத்த காவல்துறை, தண்டனைக்காக அந்தமான் சிறைக்கு அனுப்பி வைத்தது. தண்டனைக் காலம் முடிந்து சென்னைக்கு வந்தார் லட்சுமிகாந்தன். என்ன தொழில் செய்யலாம் என்று குழம்பிக்கொண்டிருந்த நேரத்தில்தான், சினிமா பத்திரிக்கை ஆரம்பிக்கும் ஐடியா உதித்தது.

சினிமா தூது என்ற பெயரில் ஆரம்பித்தார். அதற்கு அரசின் அனுமதி யெல்லாம் பெறவில்லை. பத்திரிகையின் கவர் ஸ்டோரியே விவகாரமாகத்தான் இருக்கும். லட்சுமிகாந்தனின் எழுத்தெல்லாம் கிசுகிசு என்றுகூட சொல்லிவிட முடியாது. பிரபலங்களின் அந்தரங்க வாழ்க்கையை நேரடியாகவே வெளிச்சம் போட்டுக்காட்டின.

லட்சுமிகாந்தனால் பாதிப்புக்கு உள்ளானவர்கள், இந்த விஷயத்தைக் கையிலெடுத்து மறைமுகமாக நெருக்கடி கொடுத்ததால் சென்னை மாகாண அரசு சினிமா தூதுவுக்கு தடை விதித்தது.

லட்சுமிகாந்தன் சளைக்கவில்லை. வேறு எந்த வழியில் பத்திரிகையைத் தொடர்ந்து நடத்தலாம் என்று யோசிக்க ஆரம்பித்தார். காகிதப் பஞ்சத்தின் காரணமாக அரசு புதிய பத்திரிகைகளுக்கு அனுமதி தரவில்லை. ஆகவே புதிதாகவும் பத்திரிகை ஆரம்பிக்க முடியாது. அந்த நேரத்தில்தான் இந்து நேசன் பத்திரிகை பற்றி லட்சுமிகாந்தனுக்கு தெரிய வந்தது.

சென்னை லிங்கிச் செட்டித் தெருவில் குடியிருந்த அனந்தய்யர் என்பவர் இந்து நேசன் பத்திரிகையை வாரம் இருமுறை நடத்தி வந்தார். வருடத்துக்கு 700 பிரதிகள்கூட விற்காத இந்து நேசன், லட்சுமிகாந்தனின் கையில் சிக்கிக்கொண்டது.

ஜெ. ராம்கி

அனந்தய்யரிடம் பேசி அவருக்குப் பணம் கொடுத்து இந்து நேசனை தனதாக்கிக் கொண்டார். பதிப்பாசிரியர் அனந்தய்யர் என்றும், ஆசிரியர் லட்சுமிகாந்தன் என்றும் இந்து நேசனில் பெயரோடு விபரங்கள் வெளியாயின. சினிமா தூது பத்திரிகையின் மூலம் தான் செய்துகொண்டிருந்த காரியங்களை இந்து நேசனில் தொடர்ந்தார்.

சினிமா, அரசியல் என பிரபலமானவர்களைப் பற்றிய கிசுகிசுக்கள் தொடர்ந்து வந்ததால் இந்து நேசனுக்கு ஏக கிராக்கி. ஒரு அணாதான் (அதாவது 6 காசு) விலை என்றாலும் பிளாக்கில் சினிமா டிக்கெட் விற்பனையாவது போலவே இந்து நேசனும் விற்கப்பட்டது. இந்து நேசனை ஒரு ரூபாய் கூட கொடுத்து வாங்குவதற்கும் நிறைய பேர் தயாராகவே இருந்தார்கள்.

இந்து நேசனுக்கு கிடைத்த வரவேற்பால் நிறைய பேரின் முகம் இருண்டு போனது. அந்தரங்க வாழ்க்கை வெளிச்சத்துக்கு வந்தால் தொழில் பாதிக்கப்படும் என்று பயந்த சினிமா பிரபலங்கள் லட்சுமிகாந்தனை அடக்குவதற்கான வழிகளை யோசிக்க ஆரம்பித்தார்கள். லட்சுமிகாந்தனின் பேனா முனையில் அடிக்கடி சிக்கியவர்கள் எம்.கே.டி. பாகவதரும், என்.எஸ். கிருஷ்ணனும்தான். இந்து நேசனில் லட்சுமிகாந்தனின் வெளியிட்ட கவர் ஸ்டோரி ஒன்று பாகவதரின் தூக்கத்தைக் கெடுத்திருந்தது.

அதனால் பாகவதர், என்.எஸ். கிருஷ்ணன், டைரக்டர் ஸ்ரீராமுலு நாயுடு ஆகியோரும் வேறு சிலரும் சேர்ந்து, 1944 ஜனவரி மாதம் கவர்னருக்கு மனு ஒன்றை அனுப்பியிருந்தார்கள். இந்து நேசன் பத்திரிகைக்குத் தடை விதிக்கவேண்டும் என்பதுதான் அவர்களது கோரிக்கை. இதைத்தான் குற்றத்துக்கான முகாந்திரமாக காவல்துறை எடுத்துக்கொண்டது. அந்த மனு, லட்சுமிகாந்தன் கொலை வழக்கில் என்.எஸ். கிருஷ்ணனுக்கும் பாகவதருக்கும் இருந்த கோபங்களை வெளிச்சம் போட்டுக் காட்டியது.

சொல்லப்போனால், பாகவதரின் அந்தரங்க வாழ்க்கை அப்படி யொன்றும் புனிதமானதாக இல்லை. கொண்டதே கோலம் என்றிருந்த பாகவதர் நிறைய விஷயங்களில் பலஹீனமானவராகத் தான் இருந்தார். பாகவதரின் அந்தரங்க வாழ்க்கை பற்றிய விஷயங்கள் இந்து நேசனில் தொடராகவே வெளிவந்தபோது பாகவதரின் ரசிகர்களுக்கு அதிர்ச்சியாகத்தான் இருந்தது.

கச்சேரி செய்ய ஆரம்பித்த காலத்திலிருந்தே தன் பாட்டுக்கு வரும் பாராட்டுரைகளை மட்டுமே கேட்டு பழக்கப்பட்டிருந்தார் பாக

வதர். பத்திரிகைகளில் ஏதாவது விமரிசனம் வந்தாலே பாகவதருக்கு அலர்ஜிதான். பத்திரிகையாளர்களைக் கூடுமானவரை தவிர்த்தே வந்தார். பாகவதரின் பேட்டி, போட்டோவெல்லாம் ஏதாவது விசேஷ நாட்களில் மட்டுமே வெளியே வரும்.

ஆனால் இந்து நேசன் பாகவதருக்கு கண்ணில் விழுந்த தூசியாக உறுத்தியது. பிரபலங்கள் தன்னைப் பார்த்து பயந்ததில் லட்சுமி காந்தனுக்குக் கொண்டாட்டம். அதுபோக இந்து நேசனின் சர்க்கு லேஷனும் ஏறிக்கொண்டே போனது.

இந்து நேசனின் ஒவ்வொரு பக்கமும் பாகவதருக்கு எதிராகத்தான் இருந்தது. எல்லா பத்திரிகையிலும் வருவது போல் இந்து நேசனில் கேள்வி பதில் பகுதியும் இருந்தது.

'பாகவதருக்கும் சின்னப்பாவுக்கும் என்ன வித்தியாசம்?'

'வளைந்தாடும் வஞ்சிக்கொடி ஆசாரி.
வளையாத கருந்தேக்கு சின்னப்பா.'

பாகவதர் பிறந்த குலத்தை பற்றி கிண்டலடித்த லட்சுமிகாந்தன், சின்னப்பா பற்றி தாறுமாறாக எதுவும் சொல்லமாட்டார். காரணம் சின்னப்பாவே தேடி வந்து அடித்துவிடுவார் என்ற பயம் இருந்தது.

சின்னப்பா கொஞ்சம் முரடு. லட்சுமிகாந்தன் என்ன வேண்டு மானாலும் எழுதட்டும், எனக்குக் கவலையே இல்லை என்பார். ஆனால் பாகவதரோ அதற்கு நேர் எதிர். 'இப்படியெல்லாம் தப்புத் தப்பாக எழுதறானே பாவி... இவனுக்கொரு சாவு வந்து சேராதா' என்று உணர்ச்சிவசப்பட்டு பேசினார். அதுவே சிறைக்குப் போக காரணமாகிவிட்டது.

லட்சுமிகாந்தனின் ரிப்போர்ட்டிங் ஸ்டைலே தனி. இன்னாரைப் பற்றி எழுதப்போகிறேன் என்று முந்தைய இதழில் ஒரு கட்டம் கட்டி வைப்பார். அது சம்பந்தப்பட்டவர்களுக்கு மட்டுமே புரியும்.

வளையில் மாட்டிக்கொள்வது எல்லா எலிகளுக்குமே உள்ள குணாதிசியம்தான். சம்பந்தப்பட்ட பிரபலம் சமாதானப் பேச்சு வார்த்தைக்கு வரும்வரை இந்து நேசனில் கட்டம் கட்டி இதுபோன்ற விளம்பரங்கள் வரும். பேனாவில் மூலம் ஒரு பிளாக்மெயில்.

அதேசமயம் லட்சுமிகாந்தனின் பேனா, பாரபட்சம் காட்டாது. நடிகர்கள், நடிகைகள், டைரக்டர்கள், தயாரிப்பாளர்கள், அரசியல் வாதிகள், பெரிய அதிகாரிகள், பெரிய இடத்துப் பெண்கள் என்று யாரையும் விட்டுவைக்காது. பலருக்கும் சிம்ம சொப்பனமாக

இருந்தவர்களெல்லாம் பயந்து போய் லட்சுமிகாந்தனைக் கட்டுப் படுத்த முடியாதா என்று விடிய விடிய யோசித்துக் கொண்டிருந் தார்கள்.

லட்சுமிகாந்தன் நடுத்தெருவில் கத்தியால் குத்தப்பட்டு மரண மடைந்தார் என்கிற செய்தியால் யாருக்கும் பரிதாபம் வரவில்லை. ஆச்சரியமாகவும் அதிர்ச்சியாகவும்தான் பார்த்தார்கள். சிலருக்கு இன்ப அதிர்ச்சியும்கூட.

அதற்கு ஒரு வாரம் முன்புதான் செட்டிநாட்டைச் சேர்ந்த ஒரு பணக்காரர் சென்னைக்கு வந்தபோது ரயிலில் கொலை செய்யப் பட்டிருந்தார். அந்தக் கொலையில் பெரும்புள்ளிகள் சிலர் சம்பந்தப் பட்டிருப்பதாகவும் அவர்களின் முகமூடியைக் கிழிக்கப் போவ தாகவும் இந்து நேசனில் லட்சுமிகாந்தன் எழுதியிருந்தார். அந்தக் கொலைக்கும் லட்சுமிகாந்தன் கொலைக்கும் சம்பந்தம் இருக்குமா என்கிற ரீதியிலும் காவல்துறை விசாரணை நடத்தியது. நாளுக்கு நாள் சந்தேக லிஸ்ட் நீண்டு கொண்டே போனது.

ஆரம்பத்தில் லட்சுமிகாந்தனின் நேரடிப் புகாரின்படி வடிவேலுவைக் கைது செய்த காவல்துறை, பின்னர் ராமண்ணா மூலமாக ஆரிய வீரசேனன் என்பவனைக் கைது செய்தது. லட்சுமி காந்தனைக் கத்தியால் குத்தியது வீரசேனன்தான். அதற்கு ஆதாரமாக போலீஸார் கையில் ஒரு கடிதம் கிடைத்தது.

ஆரிய வீரசேனனின் நண்பரான ராமண்ணா, சேலத்திலிருந்த மணி அய்யருக்கு எழுதிய கடிதம்தான் அது.

வீரசேனன் சொன்னதாக ராமண்ணா கொடுத்த வாக்குமூலம்தான் லட்சுமிகாந்தனின் கொலைக்குப் பின்னணியில் பெரிய சதிக் கும்பலே இருப்பது தெரியவந்தது.

ராமண்ணாவின் வாக்குமூலத்தின் மூலம் லட்சுமிகாந்தனால் ஆரிய வீரசேனனும் பாதிக்கப்பட்டிருந்ததாகவும், அதனால் வீரசேனன் கோபமாக இருந்ததாகவும் தெரியவந்தது. லட்சுமிகாந்தன் தனக்கு நன்றி காட்டவில்லை என்றும் லட்சுமிகாந்தனுக்கு தான் யார் என்பதைக் காட்டுவதாகவும் ஆரிய வீரசேனன் தன்னிடம் அடிக்கடி சொல்லிக்கொண்டிருந்ததாக ராமண்ணா வாக்குமூலம் கொடுத் திருந்தார்.

கொலை நடந்தவுடன் ராமண்ணா வீட்டுக்குப் போன வீரசேனன், ராமண்ணா அங்கு இல்லாததால் திரும்பியிருக்கிறார். மறுபடியும்

மாலையில் ராமண்ணாவின் வீட்டுக்குப் போன வீரசேனன், லட்சுமி காந்தனை தான் தீர்த்துவிட்டதாகவும் நாளை காலைக்குள் அவன் செத்துப்போவது நிச்சயம் என்றும் சொல்லியிருக்கிறார். அதை அடிப்படையாக வைத்து, ராமண்ணா ஒரு கடிதம் எழுதி, சேலத்தி லிருந்த தன்னுடைய நண்பர் மணி அய்யருக்கு அனுப்பி வைக்க, அது காவல்துறையின் கைகளில் சிக்கியது.

வடிவேலுவுக்கு அடுத்தபடியாக ஆரிய வீரசேனனை போலீஸ் சுற்றி வளைத்தது. காவல்துறைக்குக் கொடுத்த வாக்குமூலத்தில் வீரசேனன், 'நான் லட்சுமிகாந்தனைக் கொன்றுவிட்டேன்' என்று ராமண்ணாவிடம் சொன்னது உண்மைதான் என்பதை ஒப்புக் கொண்டான். இந்த 'நான்' என்பதில்தான் பாகவதர், கிருஷ்ணன், ஸ்ரீராமுலு நாயுடு ஆகிய மற்றவர்களும் அடங்கியிருப்பதாக அரசுத் தரப்பில் சொன்னவுடன் வழக்கு சூடுபிடித்தது.

அடுத்தடுத்து ஜெயானந்தன், நாகலிங்கம், கமலநாதன், ராஜாபாதர், ஆறுமுகம் என மேலும் ஐந்து பேரையும் பிடித்தது காவல்துறை. கைதானவர்களில் ஒருவரான ஜெயானந்தன் அப்ரூவராகி அளித்த வாக்குமூலத்தால் ஒரு சாதாரண கிரிமினல் வழக்கு, நட்சத்திர கிரிமினல் வழக்காக அந்தஸ்து பெற்றது.

ஜெயானந்தன் தன் வாக்குமூலத்தில் சொன்னது இதுதான்.

1944, நவம்பர் 7. மூர் மார்க்கெட்டில்தான் சதித்திட்டம் ஆரம்ப மானது. ஜெயானந்தன், நாகலிங்கம், வடிவேலு, ராஜாபாதர், ஆறுமுகம் ஆகியோர் கூடி திட்டத்தை செயல்படுத்துவது குறித்துப் பேசினார்கள். அங்கிருந்து நேராக வால்டாக்ஸ் ரோட்டிலிருந்த ஒற்றைவாடை தியேட்டருக்குச் சென்றார்கள். (சென்ட்ரலுக்குப் பக்கத்திலுள்ள வால்டாக்ஸ் தியேட்டரைத்தான் அந்தக் காலத்தில் ஒற்றைவாடைத் தியேட்டர் என்பார்கள்.)

ஒற்றைவாடை தியேட்டரில்தான் பாகவதரின் நாடகம் நடந்து கொண்டிருந்தது. வடிவேலுவும் ஆறுமுகமும் வெளியே நின்றார்கள். மற்ற மூன்று பேரும் உள்ளே சென்றார்கள். அங்கே அவரை எதிர் கொண்டு அழைத்துச் சென்றார் கிருதா வைத்த நபர் ஒருவர். அவருடைய பெயர் கமலநாதன் என்று சொன்னார்கள். கமலநாதன், ஒரு வகையில் லட்சுமிகாந்தனுக்கு உறவினர். லட்சுமிகாந்தனைத் தீர்த்துக் கட்டினால் கமலநாதன் மூலம் பணம் கிடைக்கும் என்று சொல்லப்பட்டது.

மூவரையும் மேக்-அப் அறைக்கு அழைத்துச் சென்ற கமலநாதன், அங்கிருந்த பாகவதரிடமும் என்.எஸ். கிருஷ்ணனிடமும் அறிமுகப் படுத்தி வைத்தார். காரியத்தை வெற்றிகரமாக செய்து முடித்தால் ஒரு பெரிய தொகையைத் தருவதாக பாகவதர் சொல்ல, என்.எஸ். கிருஷ்ணனும் தன் பங்குக்கு ஒரு தொகை தருவதாகச் சொன்னார்.

லட்சுமிகாந்தன் தினமும் எங்கே போகிறார் என்னென்ன செய்கிறார் என்பது எங்களுக்கு நன்றாகத் தெரியும். அவரை ஏற்கனவே தாக்கிய அனுபவமும் வடிவேலுவுக்கு உண்டு. ஆகவே, எங்களை நம்பலாம். வைத்த குறி தவறவே தவறாது என்று உறுதியாகச் சொன்னார்கள்.

லட்சுமிகாந்தன் கொலை தொடர்பான எல்லா நடவடிக்கைகளையும் மேற்பார்வையிடுவது, அதற்காக வேறு சில முக்கிய நபர்களின் உதவியை பெறுவது போன்ற பொறுப்புகள் கமலநாதனுக்கு கொடுக்கப்பட்டன. கொலை தொடர்பான போலீஸ், நீதிமன்றம் விசாரணைப் போக்கைக் கண்காணித்து, தகுந்த நடவடிக்கைகளை மேற்கொள்ளும் வேலையை ஆரிய வீரசேனனும் ராஜாபாதரும் பார்த்துக்கொள்வது என்று தீர்மானிக்கப்பட்டது.

அட்வான்ஸ் தொகையாக என்.எஸ். கிருஷ்ணன் ஐநூறு ரூபாய் கொடுத்தார். இரண்டாயிரம் ரூபாய் பிறகு தரப்படும் என்றார். போலீஸில் மாட்டிக்கொண்டால், பத்திரமாகக் காப்பாற்றி, மீட்டுக் கொண்டு வர அனைத்து ஏற்பாடுகளையும் செய்வதாகவும் பாகவதர் தரப்பிலிருந்து உறுதி கொடுக்கப்பட்டது.

பதிலுக்கு எத்தகைய சூழ்நிலை வந்தாலும் பாகவதர் மற்றும் கிருஷ்ணனின் பெயர் வெளியே வரவே கூடாது என்று நிபந்தனையும் விதிக்கப்பட்டது. அதைத் தொடர்ந்து ஐந்து பேரும் விஷயத்தை வெளியே சொல்வதில்லை என்று வெற்றிலை, பாக்கு மடித்துவைத்து சத்தியம் செய்து கொடுத்தார்கள்.

ஜெயானந்தனின் வாக்குமூலத்தில் இருந்த சில வரிகள்தான் காவல் துறையைச் சுறுசுறுப்பாக்கியது. பாகவதரும் கிருஷ்ணனும் பேசிக்கொண்டிருந்தபோது, பாகவதர் 'லட்சுமிகாந்தன் இவ்வளவு ஆபாசமாக எழுதுகிறானே, அவனுக்கு ஒரு சாவு வராதா?' என்று சொன்னதைக் காவல்துறை உறுதி செய்திருந்தது.

பாகவதரின் வரவு செலவுக் கணக்கில் காரணம் குறிப்பிடாமல் மூவாயிரம் ரூபாய்க்கு பற்று வைக்கப்பட்டிருந்தது. சம்பந்தப்பட்ட

தொகை, லட்சுமிகாந்தன் கொலையாளிகளுக்கு முன்பணமாக கொடுக்கப்பட்டிருக்கலாம் என்று காவல்துறை சந்தேகப்பட்டது.

பாகவதர் கைது செய்யப்பட்டார். அவர் கைது செய்யப்பட்ட விதத்தை முதல் அத்தியாயத்தில் விரிவாகப் பார்த்தோம். உண்மையில், பாகவதரைக் கைது செய்வதற்கு 15 நாள்களுக்கு முன்னர் ஒரு காவல்துறை அதிகாரி பாகவதரைச் சந்தித்துப் பேசினார்.

'லட்சுமிகாந்தன் கொலை வழக்கில் உங்கள் பெயரையும் சேர்ப்பதற்காக ஏற்பாடுகள் தீவிரமடைந்து வருகின்றன. ஒரு பத்தாயிரம் ரூபாய் கொடுங்கள். அந்த முயற்சிகளைத் தடுத்துவிடலாம்' என்றார் அந்த அதிகாரி. ஆனால் பாகவதரோ, 'எனக்கு பத்தாயிரம் பெரிய சமாச்சாரம் இல்லை. ஆனால் அந்தக் கொலைக்கும் எனக்கும் கொஞ்சமும் சம்பந்தமில்லாதபோது, அந்தப் பணத்தைக் கொடுத்தால், என்னுடைய தவறை நானே மறைப்பது போலாகிவிடும். ஆண்டவன் மீது நம்பிக்கை இருக்கிறது. எனக்கு ஒன்றும் தீங்கு நேராது. போய்வாருங்கள்' என்று சொல்லிவிட்டார்.

பின்னர் லட்சுமிகாந்தன் கொலைவழக்கில் கைது செய்யப்பட்ட பாகவதர் காவல்துறை ஆணையர் முன் ஆஜர் செய்யப்பட்டார். அவரை ஒருவார காலம் சிறையில் வைக்க உத்தரவிட்டார் ஆணையர்.

மறுநாள் என்.எஸ். கிருஷ்ணன் கோவையில் கைது செய்யப்பட்டார். அவருக்கும் ஒருவார சிறை. இருவரும் பெயிலில் வெளியே வர விண்ணப்பித்தனர். அவர்கள் இருவருக்காகவும் வாதாடிய வழக்கறிஞர் நூஜண்ட் கிராண்ட், 'கத்தியால் குத்தப்பட்ட லட்சுமிகாந்தனே காவல் நிலையத்துக்கு நேரில் சென்று புகார் கொடுத்திருக்கிறார். அப்போது அவர் தன்னைக் குத்தியது யார் என்று சொல்லவில்லை. இறப்பதற்கு முன்பு வரை தன்னைக் குத்தியவர்கள் பற்றி எவ்வித வாக்குமூலத்தையும் கொடுக்கவில்லை. ஆகவே, பாகவதரையும் என்.எஸ். கிருஷ்ணனையும் கைது செய்ததில் எவ்வித நியாயமும் இல்லை' என்றார்.

ஆனால் காவல்துறைத் தரப்பு ஜாமீனுக்கு எதிர்ப்பு தெரிவித்தது. பின்னர் இருதரப்பு வாதங்களையும் கேட்ட நீதிபதி, தலா பத்தாயிரம் சொந்த ஜாமீன் பேரிலும் அதே தொகைக்கு இரு நபர் ஜாமீன் பேரிலும் அவர்களை ஜாமீனில் விடுகிறேன் என்று உத்தரவிட்டார். அதனைத் தொடர்ந்து இருவருமே ஜாமீனில் விடுவிக்கப்பட்டனர்.

அடுத்து வந்த இரண்டு மாதங்கள் இரண்டு பேருக்குமே சோதனைக் காலம்தான். ஒரு பக்கம் வழக்கு விசாரணை. இன்னொரு பக்கம் பத்திரிகைகள் பக்கம் பக்கமாக எழுதி அவர்களது நிம்மதிக்குச் சமாதி கட்டினார்கள்.

பாகவதர், என்.எஸ். கிருஷ்ணன் உள்பட எட்டு பேர் மீது, சென்னை பிரதம மாகாண மாஜிஸ்திரேட் கோர்ட்டில் வழக்கு தொடரப்பட்டது. யார் அந்த எட்டு பேர்?

1. வடிவேலு - ஆங்கில நாளிதழில் பிழை திருத்துநராக இருந்தவர்.
2. நாகலிங்கம் - பால்காரர்
3. எம்.கே. தியாகராஜ பாகவதர்
4. என்.எஸ். கிருஷ்ணன்
5. ஸ்ரீராமுலு நாயுடு - கோவை பட்சிராஜா ஸ்டுடியோ அதிபர்
6. ஆரிய வீரசேனன் - குத்துச்சண்டை வீரர்
7. ராஜாபாதர் - கடைக்காரர்
8. ஆறுமுகம் - காவலர்

கொலைக்குச் சதி செய்ததாக பாகவதர், என்.எஸ். கிருஷ்ணன் மீது குற்றம்சாட்டப்பட்டது. இரண்டு பேரும் சமூகத்தில் பெரிய அந்தஸ்தில் இருப்பவர்கள். வெளியே விட்டால் சாட்சிகளைக் கலைத்துவிடுவார்கள் என்று காரணம் சொல்லி இரண்டே மாதத்தில் ஜாமீன் ரத்து செய்யப்பட்டது.

பாகவதரும் கிருஷ்ணனும் மீண்டும் சிறையில் அடைக்கப்பட்டார்கள் (1945, பிப்ரவரி 12). பூர்வாங்க விசாரணைகளுக்குப் பின்னர், வழக்கு செசன்ஸ் கோர்ட்டுக்கு மாற்றப்பட்டது. தமிழ்நாட்டுக்கு மட்டுமல்ல, பிரிட்டிஷ் அரசுக்கும் இந்த வழக்கு வித்தியாசமான வழக்காகத்தான் இருந்தது.

மார்ச் 13. சென்னை செசன்ஸ் கோர்ட்டில் விசாரணை ஆரம்பமானது. வழக்கை விசாரித்தவர் நீதிபதி வெரே மாக்கெட். பிரிட்டிஷ்காரர். காவல்துறை தரப்பில் அட்வகேட் ஜெனரல் பி.வி. ராஜமன்னார், கோவிந்தமேனன் ஆகியோர் ஆஜராகினர். பாகவதர், என்.எஸ். கிருஷ்ணன் தரப்பில் பிரபல வழக்கறிஞர் கே.எம். முன்ஷி, வி. சீனிவாச ஐயங்கார், வி.டி. ரங்கசாமி, வி.சி. கோபாலரத்தினம் ஆகியோர் ஆஜரானார்கள்.

எம்.கே.தியாகராஜ பாகவதர் 112

‘நான் கீழ் கோர்ட்டில் சொன்னதெல்லாம் பொய். போலீஸார் மிரட்டியதால்தான் அப்படிப் பொய் சாட்சி சொன்னேன்’ என்று பல்டியடித்தார் அப்ரூவர் ஜெயானந்தன்.

பாகவதருக்கும் கிருஷ்ணனுக்கும் எதிராக எந்த ஆதாரத்தையும் காவல்துறையினால் சமர்ப்பிக்க முடியவில்லை. புராசிக்யூஷன் தரப்பில் முப்பத்தெட்டு சாட்சிகள் விசாரிக்கப்பட்டனர்.

ஒற்றைவாடை தியேட்டர் ஆலோசனையின்போதும், சம்பவம் நடந்ததாக சொல்லப்படும் தேதியன்றும் தான் சென்னையில் இல்லை என்று என்.எஸ். கிருஷ்ணன், ஸ்ரீராமுலு நாயுடு சார்பில் அலிபி தாக்கல் செய்யப்பட்டது. குற்றம் சாட்டப்பட்டவர், குற்றம் நடந்த நேரத்தில் அங்கு இல்லை என்பதை ஆதாரங்களுடன் கோர்ட்டில் தாக்கல் செய்தவற்குப் பெயர்தான் அலிபி.

ஸ்ரீராமுலு நாயுடு அந்த நேரத்தில் மும்பையில் ஆர்.கே. சண்முகம் செட்டியாருடன் தங்கியிருந்ததாக நிரூபிக்கப்பட்டது. நாயுடு வழக்கி லிருந்து விடுவிக்கப்பட்டார்.

என்.எஸ். கிருஷ்ணன் விஷயத்தில் அலிபியை நீதிமன்றம் ஏற்க வில்லை. கிருஷ்ணன் சென்னையில் இல்லை, சேலத்தில்தான் இருந்தார் என்று முன்ஷி வாதாடியபோது தகுந்த ஆதாரங்கள் இல்லாததால் அலிபி தள்ளுபடி செய்யப்பட்டது.

வழக்கின்போது பாகவதரின் வழக்கறிஞர் வாதாடும்போது, ‘தியாக ராஜ பாகவதர் லட்சக்கணக்கான ரசிகர்கள் மத்தியில் வாழும் தெய்வ மாக மதிக்கப்படும் அற்புதமான இசைக்கலைஞர். அருமையான நடிகர். அவரைப் பற்றி மட்டமாக எழுதினார் லட்சுமிகாந்தன். அவரது சாதியைப் பற்றியெல்லாம் எழுதி இழிவுபடுத்தினார். இதனால் பாகவதர் மனம் புண்பட்டது என்பது உண்மை. லட்சுமி காந்தனின் அவதூறான - பொய்யான எழுத்துகள் பற்றி தன் நண்பர்களிடம் மன வேதனையோடு பேசி வருத்தப்பட்டதும் உண்மை. அதற்காக லட்சுமிகாந்தனைக் கொலைசெய்யவேண்டும் என்று எண்ணுகிற அளவுக்கு அவர் கொடூரமான மனம் கொண்டவர் இல்லை. சதித் திட்டம் தீட்டுகிற அளவுக்கு அவரது மென்மையான மனத்துக்கு வலுவும் கிடையாது.

லட்சுமிகாந்தனால் பாதிக்கப்பட்டவர்கள் ஏராளம். அவர்களில் பாகவதர் மட்டுமா பணவசதி படைத்தவர்? அவருக்கு மட்டும்தான் இப்படிப்பட்ட எண்ணம் தோன்ற வேண்டுமா? லட்சுமிகாந்தனால்

பாதிக்கப்பட்ட வேறு எவரும் ஏன் இந்தக் காரியத்தைச் செய்திருக்கக் கூடாது?'

மே 3, 1945 அன்று வழக்கை விசாரித்த நீதிபதி நேரடியாகத் தீர்ப்பை வழங்காமல், முடிவெடுக்கும் பொறுப்பை ஜூரிக்களிடம் விட்டு விட்டார்.

அது என்ன ஜூரி?

அப்போது நீதிபதிக்குத் துணையாக நடுவர்கள் குழு ஒன்று செயல் படுவது வழக்கம். அவர்கள் வழக்கின் விசாரணைப் போக்கை உன்னிப்பாகக் கவனிப்பார்கள். விசாரணைக்கு நடுவே ஏதேனும் சந்தேகம் எழுந்தால், சம்பந்தப்பட்டவர்களிடம் அதற்குரிய விளக்கத்தைக் கேட்டுப் பெறுவார்கள்.

வழக்கின் முடிவில் தீர்ப்பளிப்பதற்கு முன்னால் ஜூரிக்கள் எல்லாம் தனி அறைக்குச் சென்று தங்களுக்குள் விவாதிப்பார்கள். குற்றம்சாட்டப்பட்டவர்கள் குற்றவாளிகளா, நிரபராதிகளா என்ற விஷயத்தில் எல்லா ஜூரிகளும் ஒரே முடிவை எடுத்திருந்தால், அந்த முடிவை நீதிபதி அப்படியே ஏற்றுக்கொண்டு, அதன்படியே தீர்ப்பளிப்பார். ஜூரிகளுக்குள் கருத்து வேறுபாடுகள் ஏற்படும் பட்சத்தில், சட்டத்துக்கு ஏற்றவகையில் நீதிபதியே இறுதித் தீர்ப்பை அளிப்பார்.

லட்சுமிகாந்தன் கொலைவழக்கில் 9 ஜூரிக்கள் இருந்தனர்.

1. எம்.டி. ராகவன்
2. அப்துல் ஹக்
3. எம்.டி. வெங்கட்ராமன்
4. வைட்
5. ராஜமுராரி கிருஷ்ணாராவ்
6. கிராக்டர்
7. டன்னல்
8. சந்தான கிருஷ்ண நாயுடு
9. யு.ஆர். ராவ்.

வழக்கு விசாரணை முடிந்ததும் ஜூரிக்களின் கருத்தைக் கேட்டார் நீதிபதி. சுமார் இரண்டரை மணி நேரத்துக்கும் மேலாக நீடித்தது ஜூரிக்களின் ஆலோசனை. ஆக, ஜூரிக்களுக்குள் கருத்து வேறுபாடுகள் இருப்பது புரிந்தது. பின்னர் என்.எஸ். கிருஷ்ணனின்

டைரியைக் கேட்டனுப்பினர் ஜூரிக்கள். அதன்படியே டைரி தரப்பட்டது. பின்னர் ஜூரிக்கள் ஒன்பது பேரும் நீதிமன்றம் வந்தனர்.

எம்.கே. தியாகராஜ பாகவதர், என்.எஸ். கிருஷ்ணன், வடிவேலு, நாகலிங்கம், ஆரிய வீரசேனன், ராஜா பாதர் ஆகிய ஆறு பேரும் குற்றவாளிகள் என்று கருதுகிறோம். முக்கியமாக, பாகவதரும் என்.எஸ். கிருஷ்ணனும் குற்றவாளிகள் என்று 6 ஜூரிக்களும் குற்றவாளிகள் அல்லர் என்று 3 ஜூரிக்களும் கருதுகிறோம் என்றனர்.

எல்லாவற்றையும் கவனமாகக் கேட்ட நீதிபதி, குற்றம்சாட்டப்பட்ட பாகவதர், என்.எஸ்.கிருஷ்ணன் உள்ளிட்டோருக்கு ஆயுள் தண்டனை வழங்கி உத்தரவிட்டார். பின்னர் வழக்கறிஞர் கே.எம். முன்ஷி கேட்டுக்கொண்டதால், தீர்ப்புக்கு எதிராக மேல் முறையீடு செய்துகொள்ள நீதிபதி அனுமதியளித்தார்.

தீர்ப்பு தங்களுக்குச் சாதகமாக வரும் என்று எதிர்பார்த்த பாக வதருக்கு ஆயுள் தண்டனை அதிர்ச்சியளித்தது. அதேசமயம், சோர்ந்துபோய்விடவில்லை. சட்டப் போராட்டத்தைத் தொடர்ந்து முன்னெடுப்பது என்ற முடிவுக்கு வந்தார். ஆம். மேல்முறையீட்டுக்குத் தயாரானார். அவரைப் போல என்.எஸ். கிருஷ்ணன் உள்ளிட்ட வழக்கில் தண்டனை பெற்ற அனைவருமே மேல்முறையீடு செய்தனர்.

மேல்முறையீட்டு மனு நீதிபதி சர் லயன்ஸ் வீச், நீதிபதி லட்சுமண ராவ் ஆகியோர் அடங்கிய அமர்விடம் விசாரணைக்கு வந்தது. பாகவதர், என்.எஸ். கிருஷ்ணன் சார்பாக வி.டி. ரங்கசாமி ஐயங்கார், கே. கல்யாணசுந்தரம், ஆர். சந்தானம் என்ற மூன்று வழக்கறிஞர்கள் ஆஜராகினர்.

இருதரப்பு வாதங்களையும் கேட்ட நீதிபதிகள் 29 அக்டோபர் 1945 அன்று மேல்முறையீட்டு மனுவைத் தள்ளுபடி செய்ததோடு, அவர் களுக்குத் தரப்பட்டிருந்த ஆயுள் தண்டனையை உறுதிசெய்தனர்.

அதனைத் தொடர்ந்து பாகவதரும் கிருஷ்ணனும் சென்னை ஹைகோர்ட்டில் அப்பீல் செய்தனர். ஆனாலும் அப்பீல் மனு தள்ளுபடி செய்யப்பட்டது. ஐகோர்ட்டும் ஆயுள் தண்டனையை உறுதி செய்தது.

இடிந்து போனார் பாகவதர். எப்போதும் கூட்டத்துக்கு நடுவே வெளிச்சத்திலேயே இருந்து பழக்கப்பட்ட பாகவதருக்கு, திடீரென்று தனிமையும் இருட்டும் பயமுறுத்தியது.

ஹரிதாஸின் வெற்றிக்கு பின்னர் இரவு, பகல் வித்தியாசம் பாராமல் வீட்டு வாசலில் காத்திருந்தக் கூட்டத்தை இப்போது காணமுடிய வில்லை. அடுத்தப் படத்துக்காக போட்டிப் போட்டு அட்வான்ஸ் தொகை கொடுத்த படத் தயாரிப்பாளர்கள், பணத்தைத் திருப்பித் தருமாறு பாகவதரை நிர்பந்திக்கத் தொடங்கினார்கள்.

கையிலிருந்த பணமெல்லாம் கோர்ட், கேஸ் என்று கரைய ஆரம்பித்தது. வீட்டையும் நகைகளையும் விற்று அட்வான்ஸ் தொகையைத் திருப்பிக் கொடுத்துவிடுமாறு பாகவதர் தன் குடும்பத்தார்களிடம் சொல்லிவிட்டார்.

பாகவதர் நடித்துக்கொண்டிருந்த உதயணன் வாசவதத்தா படம் அப்படியே நிறுத்தப்பட்டது. ஆயுள் தண்டனை பெற்ற பாகவதரும் கிருஷ்ணனும் இனி அந்தமான் சிறைக்கு அனுப்பப்பட்டு விடுவார்கள். சிறையிலிருந்து வெளியே வரவே முடியாது என்று மக்கள் பேசிக்கொண்டார்கள். அடுத்து வந்த இரண்டு வருடங்களுக்கு பாகவதர் பற்றிய பேச்சேயில்லை.

பாகவதர் சிறையில் இருந்தாலும் அவரது பாட்டு, பரபரப்பை ஏற்படுத்திக் கொண்டிருந்தது. பாகவதர் நடிக்கவிருந்த படத்துக்காக ஒலிப்பதிவு செய்திருந்த ஒரு பாட்டை டைரக்டர் கே. சுப்ரமணியம் தன் படத்தில் பயன்படுத்திக்கொள்ள நினைத்தார்.

அந்தப் படம் சின்னப்பாவும் டி.ஆர் ராஜகுமாரியும் ஜோடியாக நடித்த விகடயோகி. விஞ்ஞானியாக நடிக்கும் எஸ்.வி. சுப்பையா ஒரு திராவகத்தை குடித்து பாகவதரின் குரலைப் பெற்று பாடுவது போல காட்சியை அமைத்துக்கொண்டார்கள்.

உதயணன் வாசவதத்தாவில் ஜி.என் பாலசுப்ரமணியம், வால்மீகியில் ஹொன்னப்ப பாகவதர், ஸ்ரீவள்ளியில் டி.ஆர் மகாலிங்கம் என்று பாகவதர் நடிக்கவிருந்த படங்களில் புதிதாக வந்தவர்கள் நடிக்க ஆரம்பித்தார்கள். ஹரிதாஸ்தான் பாகவதரின் கடைசிப்படம். இனி பாகவதரை சினிமாவில் பார்க்கவே முடியாது என்று கிளப்பி விடப்பட்ட செய்திகளால் ஹரிதாஸ் மூன்று தீபாவளியை கடந்து ஓடிக்கொண்டிருந்தது.

17. விடுதலை!

விடுதலை!

ஆயுள் தண்டனைக்கு எதிராக தமிழக மக்கள் குரலெழுப்பத் தொடங்கினர். அரசியல் கட்சிகள் எல்லாம் பாகவதருக்கும் என்.எஸ். கிருஷ்ணனுக்கும் ஆதரவாகக் குரல் கொடுத்தனர். இருவரையும் விடுதலை செய்ய நடவடிக்கை எடுக்கும்படி அரசை வலியுறுத்த அரசியல் கட்சித் தலைவர்கள் அடங்கிய கமிட்டி ஒன்று அமைக்கப்பட்டது. அந்தக் கமிட்டியில் பெரியார், கி.ஆ.பெ. விசுவநாதம் உள்ளிட்டோர் இடம்பெற்றனர். இருவரையும் விடுதலை செய்யக்கோரி பெரியாரும் அண்ணாவும் தத்தமது பத்திரிகைகளில் பகிரங்க மடல்கள் எழுதினர்.

கீழமை நீதிமன்றம், உயர்நீதிமன்றம் ஆகியவற்றில் தோல்வியடைந்த பாகவதரும் என்.எஸ். கிருஷ்ணனும் தங்களுடைய முயற்சிகளைக் கைவிடவில்லை. அடுத்தது என்ன என்று யோசித்தனர். உயர்நீதிமன்றம் அளித்த தீர்ப்பில் நமக்கு திருப்தி இல்லாத பட்சத்தில் லண்டனில் உள்ள பிரிவியூ கவுன்சிலில் மேல்முறையீடு

செய்யலாம். பிரிவியூ கவுன்சில் என்பது இன்றுள்ள உச்சநீதிமன்றம் போல.

பாகவதரும் என்.எஸ். கிருஷ்ணனும் லண்டனில் இருக்கும் பிரிவியூ கவுன்சிலுக்கு அப்பீல் செய்தனர். ஆனால் அந்த கவுன்சிலில் இருவருடைய மனுக்களும் விசாரணைக்கு எடுத்துக்கொள்வதற்கே பல காலம் பிடித்தது. பாகவதரும் என்.எஸ். கிருஷ்ணனும் வழக்கை நடத்துவதற்கு நிதியுதவி அளிக்குமாறு திராவிடர் கழகத்தினரிடம் கோரினார் பெரியார். அவரே முன்னின்று நிதி திரட்டினார்.

27 மார்ச் 1947 அன்று பலத்த எதிர்பார்ப்புகளுக்கு மத்தியில் பிரிவியூ கவுன்சில் பாகவதருக்கும் என்.எஸ். கிருஷ்ணனுக்கும் ஆதரவான தீர்ப்பை வழங்கியது. ஆம். பாகவதர் மற்றும் என்.எஸ். கிருஷ்ணனின் மேல்முறையீட்டு மனுவை சென்னை உயர்நீதிமன்றம் சரியாக விசாரிக்கவில்லை. ஆகவே, அந்த மனுவை மீண்டும் விசாரித்து, தீர்ப்பளிக்கவேண்டும் என்று உத்தரவிட்டது.

அதனைத் தொடர்ந்து சென்னை உயர்நீதிமன்றத்தில் மேல்முறையீட்டு மனு மீதான விசாரணை மீண்டும் தொடங்கியது. அப்போது பாகவதர் சார்பில் வாதாட வந்தவர் அப்போது கிரிமினல் வழக்குகளில் கெட்டிக்காராக இருந்த வி.எல். எத்திராஜ்.

உண்மையில், பாகவதருக்காக வாதாட முகமது அலி ஜின்னாவை அழைத்துப் பாருங்கள். அவர் வந்து வாதாடினால் விடுதலை நிச்சயம் என்ற கருத்தைச் சொன்னார் ராஜாஜி. உடனடியாக ஜின்னாவை அணுகினர் பாகவதர் குடும்பத்தினர்.

வழக்கு விவரத்தைக் கேட்ட ஜின்னா, தனக்காக ஊதியமாக ஆறு லட்சம் ரூபாயைக் கேட்டார். அதற்கு பாகவதர் குடும்பத்தினர் சம்மதித்தனர். பிரச்னை என்னவென்றால், அப்போது ஜின்னா பாகிஸ்தான் பிரிவினைக்காகப் போராடிக் கொண்டிருந்தார். வழக்கு விசாரணைக்கு வந்த நேரம் அவர் அரசியல் பணிகளில் தீவிரம் காட்டத் தொடங்கிவிட்டார். ஆகவே, ஜின்னாவுக்குப் பதிலாக வாதாட வந்தவர் எத்திராஜ்.

வேலூரில் பிறந்த எத்திராஜ், சென்னை மாநிலக் கல்லூரியில் படித்தவர். லண்டனுக்குச் சென்று பார் அட் லா பட்டம் பெற்றவர். பின்னாளில் சென்னையில் மகளிருக்காக எத்திராஜ் கலைக் கல்லூரியை ஆரம்பித்தவர்.

பாகவதருக்கும் கிருஷ்ணனுக்கும் ஆயுள் தண்டனை உறுதி செய்யப்பட்டு முழுதாக இரண்டு வருடங்கள் ஆகியிருந்தன. ஐகோர்ட்

விதித்த தண்டனையை எதிர்த்து லண்டனில் உள்ள பிரிவியூ கவுன்சிலுக்கு பாகவதர், கிருஷ்ணன் சார்பில் அப்பீல் மனு தாக்கல் செய்யப்பட்டது.

லண்டனிலிருந்த பிரிவியூ கவுன்சில்தான் அப்போதைக்கு இந்தியாவின் உச்சநீதி மன்றம். மனுவை ஏற்றுக்கொண்ட பிரிவியூ கவுன்சில், வழக்கை ஐகோர்ட் முறையாக திரும்பவும் விசாரிக்க வேண்டும் என்று உத்தரவிட்டது. வழக்கை விசாரிக்க ஹாப்பல், ஷஹாபுதீன் என்ற இரண்டு நீதிபதிகள் கொண்ட பெஞ்ச் அமைக்கப் பட்டது.

'லட்சுமிகாந்தனைக் கொலை செய்வதற்காக 1944 நவம்பர் 7-ம் தேதி சதித்திட்டம் தீட்டப்பட்டதாக சாட்சியம் கூறுகிறது. நவம்பர் 8-ம் தேதி சதி நடந்ததாக குற்றப்பத்திரிக்கை கூறுகிறது. ஆயிரம் பக்கமுள்ள சாட்சியங்களில் ஒரு இடத்தில் கூட நவம்பர் 8-ம் தேதி மனுதாரர்கள் (பாகவதர், கிருஷ்ணன்) என்ன செய்தார்கள் என்பது பற்றிக் கூறப்படவில்லை.'

எத்திராஜ் முன்வைத்த முதல் வாதமே கோர்ட்டில் பரபரப்பைக் கிளப்பியது. அரசுத்தரப்பு ஆடிப்போனது. அடுத்து எத்திராஜ் கையிலெடுத்தது அப்ரூவர் ஜெயானந்தத்தின் வாக்குமூலத்தை. வழக்கு முடிவதற்குள் ஜெயானந்தன் ஐந்து (அல்லது ஆறு) வாக்குமூலங்கள் கொடுத்திருந்தார். ஒவ்வொரு வாக்குமூலமும் ஒவ்வொரு விதமாக இருந்தது. அவற்றில் சில ஒப்புக்கொள்ளக் கூடியவை அல்ல என்று செசன்ஸ் நீதிபதியே கருத்து சொல்லி யிருந்தார்.

1944, டிசம்பர் 11-ம் தேதி கைது செய்யப்பட்ட ஜெயானந்தன் சதி சம்பந்தமாகவோ, சம்பவம் குறித்தோ தனக்கு எதுவும் தெரியாது என்று ஆரம்பத்தில் சொல்லியிருந்தார். பின்னர் போலீஸ் கஸ்டடி யில் வைக்கப்பட்டு, நாகலிங்கத்துடன் கோர்ட்டுக்கு அழைத்துச் செல்லப்பட்டபோது தனக்கு எதுவும் தெரியாது என்று திரும்பவும் சொல்லியிருந்தார்.

கோர்ட்டில் நாகலிங்கம் பார்த்து முறைத்ததால் பயந்து போய் வாக்குமூலம் கொடுக்கவில்லை என்று பின்னர் சொன்னார். அவ்வப் போது வாக்குமூலத்தை மாற்றிக்கொண்டேயிருந்த ஜெயானந்தனின் சாட்சியை மட்டும் அடிப்படையாக வைத்து எந்தவித முடிவும் எடுக்கக்கூடாது என்றார் எத்திராஜ்.

சதித்திட்டம் தொடர்பாக எத்திராஜ் முன்வைத்த சில சந்தேகங்களும் வழக்கை நீர்த்துப் போக வைத்தன.

மூர் மார்க்கெட்டில் சந்தித்துப் பேசிவிட்டு ஒற்றைவாடை தியேட்டருக்கு வந்து பாகவதரையும் கிருஷ்ணனையும் சந்தித்துப் பேசி, திட்டம் வகுத்ததாக போலீஸ் தரப்பு சொல்கிறது. இரண்டுமே மக்கள் நடமாட்டம் அதிகமாக உள்ள இடம். சதித்திட்டம் பற்றி பொதுவிடத்திலா பேசிக்கொண்டிருப்பார்கள்? சதித்திட்டம் தயாரான அடுத்த நாளே லட்சுமிகாந்தனை, பட்டப்பகலில் கொலை செய்ய வேண்டிய அவசரம் என்ன?

சதித்திட்டத்தில் சம்பந்தப்பட்டிருந்ததாகக் கூறப்படும் கமலநாதன், லட்சுமிகாந்தனின் உறவினர். எந்தவித முகாந்திரமும் இல்லாமல் லட்சுமிகாந்தனின் உறவினரே மரணத்துக்குக் காரணமாக இருந்த தாகச் சொல்லப்படுவதை எப்படி நம்புவது?

லட்சுமிகாந்தன் மீது ஆரியவீரசேனனுக்கும் கோபம் இருந்ததாக ராமண்ணா வாக்குமூலம் கொடுத்திருக்கிறார். அதை வீரசேனனும் ஒப்புக்கொண்டிருக்கிறார். வீரசேனன் வேண்டுமென்றே பாக வதரையும் கிருஷ்ணனையும் வழக்கில் இழுத்துவிட்டிருக்கலாம் என்கிற கோணத்தில் போலீஸ் விசாரணை செய்யாதது ஏன்?

கத்தியால் குத்தியவுடன் நேராக ராமண்ணாவை தேடி வீட்டுக்கு வந்து, நடந்த சம்பவம் பற்றி வீரசேனன் சொல்லவேண்டிய அவசியம் என்ன?

எத்தனைக் காயங்கள் என்று யாருக்குமே தெரியாத நிலையில், லட்சுமிகாந்தன் உடலில் மூன்று குத்துக் காயங்கள் என்று ராமண்ணா வினால் சேலத்துக்கு எப்படி கடிதம் எழுத முடிந்தது?

வடிவேலு குற்றம் செய்யத் தூண்டப்பட்டார் என்று போலீஸ் தரப்பு சொல்கிறது. லட்சுமிகாந்தனைக் கொலை செய்வதற்கான போது மான முகாந்திரம் வடிவேலுவிடம் இருக்கும்போது, யாரோ தூண்ட வேண்டிய அவசியம்தான் என்ன?

வடிவேலு மீது புகார் கொடுக்கப் போய்க்கொண்டிருந்த நேரத்தில் தான் லட்சுமிகாந்தன் கொல்லப்பட்டிருக்கிறார். வடிவேலுவுக்கும் லட்சுமிகாந்தனுக்கும் இடையே உள்ள பிரச்னை எல்லோருக்கும் தெரியும். ஏதோ உணர்ச்சி வேகத்தில் வடிவேலுவால் நடத்தப்பட்ட கணநேர குற்றத்துக்குப் பின்னால் பெரிய சதியே இருந்தது என்பதை எப்படி நம்புவது?

கல்வீச்சு, கத்திக்குத்து எல்லோமே சென்னை நகரில் தினமும் நடைபெறும் சம்பவங்கள்தான். இதற்கு சதியும் தேவையில்லை. பணமும் தேவையில்லை. பாகவதர், கிருஷ்ணன், ஸ்ரீராமுலு நாயுடு என்று மூன்று பிரபலங்களை வழக்கில் சேர்த்திருப்பது வெறும் ஜோடனையே. சேர்க்கப்படாமல் இருந்திருந்தால் இது வெறும் சாதாரண வழக்குதான்.

வழக்கு பற்றிய விசாரணைகள் ஃபேக்ஸ் செய்தி போல தினசரிகளின் மூலம் மக்களைச் சென்றடைந்தன. எல்லோரும் எதிர்பார்த்த படியேதான் வழக்கின் முடிவும் இருந்தது. இரு நீதிபதிகள் அடங்கிய பெஞ்ச், தனது இறுதித் தீர்ப்பை அறிவித்தது. பாகவதரும் என்.எஸ். கிருஷ்ணனும் நிரபராதிகள் என்று விடுதலை செய்யப் பட்டார்கள்.

1947, ஏப்ரல் 25. பிற்பகல் 1.15 மணி. சென்னை மத்திய சிறையின் வாசலில் ஏகப்பட்ட கூட்டம். கதர் வேஷ்டி, கதர் சட்டை சகிதம் பாகவதர் வெளியே வர பின்னாலேயே என்.எஸ். கிருஷ்ணன். இருவருக்கும் ஏராளமான மாலைகள் அணிவிக்கப்பட்டன. பாக வதரை வரவேற்று அழைத்துச் செல்ல அவரது தம்பி கோவிந்த ராஜனும் என்.எஸ். கிருஷ்ணனை அழைத்துச் செல்ல அவரது மனைவி டி.ஏ. மதுரமும் வந்திருந்தார்கள்.

கிட்டத்தட்ட முப்பது மாத சிறைவாசத்தின் தாக்கம் பாகவதரின் முகத்தில் பளிச்சென்று தெரிந்தது. களையிழந்த முகம், கண்களில் கருவளையம், குறைவான முடி, அந்த பொன்னிற தேகத்தில் பொலிவு இல்லை.

பாகவதர் விடுதலையான செய்திதான் அன்றைக்கு ரேடியோவில் தலைப்புச் செய்தி. சிறையிலிருந்து வெளியே வந்ததும் பாகவதர் தனது தம்பியுடன் நேராகச் சென்ற இடம் வடபழனி முருகன் கோயில்தான். வேறு யாரையும் சந்திக்க மறுத்த பாகவதர், அன்றிரவே திருச்சிக்கு ரயிலில் பயணமானார்.

திருச்சியில் பாகவதரைப் பார்க்க அவரது குடும்பத்தினர் வாசலில் காத்திருந்தார்கள். முன்பு போல் பாகவதரைப் பார்க்க நெருக்கி யடித்துக்கொண்டு உள்ளே ஓடிவரும் ரசிகர்களின் கூட்டத்தைக் காணவில்லை. பாகவதரின் கண்களில் நீர் ததும்பியது. பல வருடங் களுக்குப் பின்னர் எல்லோருடனும் சேர்ந்து உட்கார்ந்து சாப்பிட ஆரம்பித்தார்.

மறுநாள் காலையிலிருந்தே பட அதிபர்கள் வீடு தேடி வர ஆரம்பித்தார்கள். பாகவதர் ஜெயிலுக்குப் போனதும் அட்வான்ஸ் தொகையைக் கட்டாயப்படுத்தி வாங்கிக்கொண்டு காணாமல் போன பட அதிபர்களும் வந்திருந்தார்கள்.

எல்லோரையும் வரவேற்று உபசரித்த பாகவதர், யாரிடமும் எதுவும் பேசவில்லை. பாகவதரின் அடுத்த படம் என்ன, எப்போது நடிக்கப் போகிறார் என்கிற தகவலைக் கேட்டுத் தெரிந்துகொள்ள வீட்டு வாசலில் பத்திரிகையாளர்கள் காத்திருந்தனர்.

பாகவதர் பேச ஆரம்பித்தார்.

'இந்த இரண்டரை வருஷத்தில் உலகத்தைப் புரிந்துகொண்டேன். சினிமாவுலகத்தைப் பற்றியும் நன்றாகவே தெரிந்துகொண்டேன். இனி சினிமாவில் நடிக்கும் உத்தேசம் ஏதும் எனக்கில்லை. அடிப் படையில் நான் சங்கீத வித்வான். இனி கச்சேரிகளில் மட்டுமே கவனம் செலுத்தப்போகிறேன்.'

18. புதுவாழ்வு?

புதுவாழ்வு?

இனி நடிக்கப்போவதில்லை என்று பாகவதர் முடிவெடுப்பார் என்று யாருமே எதிர்பார்க்கவில்லை. பாகவதரின் நெருங்கிய வட்டாரங்களுக்கே அது அதிர்ச்சியான செய்தியாகத்தான் இருந்தது.

விரக்தியான மனநிலையில் சங்கீதக் கச்சேரிகள் மூலம் நிம்மதியாக வாழ்நாளை கழித்துவிடலாம் என்று முடிவெடுத்திருந்தார் பாகவதர்.

ஆனால், அதற்குப் பின் வாழ்க்கை, பாகவதர் நினைத்தது போல அத்தனைச் சுலபமானதாக இருக்கவில்லை. சி னிமாவுலவை விட மோசமான நிலையிலிருந்தது இசையுலகம். ஏற்கெனவே தமிழில் கச்சேரிகள் செய்ததால், பாகவதர் மேல் கோபத்தில் இருந்த சங்கீத சபாக்காரர்கள், ‘ஜெயிலுக்குப் போனவரையெல்லாம் சபாவுக்குள் பாட அனுமதிக்க முடியாது’ என்று காரணம் சொல்லி வாய்ப்பு தர மறுத்துவிட்டார்கள். இசையுலகம் பாகவதரைப் புறக்கணித்தது. எதற்கும் பாகவதர் வருத்தப்படவேயில்லை.

ஆன்மிகப் பயணங்களில் கவனம் செலுத்தினார். தரிசனம் செய்வதற்காகக் கோயில் கோயிலாகச் சென்று, ஆண்டவனின் சந்நிதானத்தில் நின்று பாட ஆரம்பித்தார். அந்தப் பட்டு வேஷ்டி, சரிகை அங்கவஸ்திரம், மணக்கும் ஜவ்வாது எதையும் பாகவதரிடம் காணமுடியவில்லை.

ஜெயில் வாழ்க்கை, பாகவதரின் உடலை இளைக்கச் செய்திருந்தது. செக்கச்செவலென்று மின்னிக் கொண்டிருந்த உடம்பு, கருத்துப் போயிருந்தது. குரலில் பழைய கிறக்கம் காணாமல் போயிருந்தது.

ஆனாலும் பாகவதரை அள்ளி அரவணைத்துக் கொள்ள தமிழிசைச் சங்கம் தயாராக இருந்தது. பாகவதரும் சபாக்களை நம்பியிருக்கவில்லை. முன்பைவிட சுறுசுறுப்பாக ரேடியோ கச்சேரி, திருமண விழா, கோவில் விழா நிகழ்ச்சிகளில் கச்சேரி நடத்த ஒப்புக்கொண்டார்.

கச்சேரி செய்வதால் ஒரு சிலரை மட்டும் சென்றடைய முடியும்; சினிமாவால் நிறைய பேர்களை சென்றடையலாம் என்று பாகவதரைச் சுற்றியிருந்தவர்கள் திரும்பவும் வற்புறுத்த ஆரம்பித்தனர்.

'இப்படி அமைதியாக ஒதுங்கிவிடுவதில் அர்த்தமில்லை. சினிமாவில் ஒரு பெரிய வெற்றியைக் கொடுத்துவிட்டு, அதற்கு பின்னர் ஒதுங்கிக்கொள்வதில் தப்பில்லை' என்றார்கள் குடும்பத்தினர்கள்.

பாகவதருக்கும் மற்றவர்கள் முன்னால் போய் கைகட்டி நின்று வேலை பார்ப்பதில் இஷ்டமில்லை. நீண்ட யோசனைக்குப் பிறகு, தானே சொந்தப்படம் தயாரித்து நடிக்கலாம் என்று முடிவு செய்தார்.

புனேவிலிருந்த பிரபாத் ஸ்டுடியோவில், 'ராஜமுக்தி' படப்பிடிப்பு ஆரம்பமானது. ஆறு மாத காலம் அங்கேயே தங்கி ஒரே ஷெட்யூலில் படத்தை முடித்துவிடலாம் என்று திட்டம். நடிகர், நடிகையர்களோடு புனே சென்றார் பாகவதர்.

ஏற்கெனவே பாகவதர் நடிப்பதாக இருந்த 'ராஜயோகி' படத்தின் கதைதான் 'ராஜமுக்தி' என்ற பெயரில் தயாரானது. பாகவதரின் வழக்கமான வெற்றிக் கூட்டணி இந்தப்படத்தில் இல்லை.

பாகவதர் சிறைக்குப் போவதற்கு முன்பு பாபநாசம் சிவன் எழுதிக் கொடுத்த பாடல்களை படத்தில் பயன்படுத்திக்கொண்டார்கள். பாகவதர் படங்களுக்கு இசையமைக்கும் ஜி.ராமநாதனும் இந்தப் படத்தில் இடம்பெறவில்லை. என்.எஸ். கிருஷ்ணன் - டி.ஏ.மதுரத்தின் காமெடி டிராக்கும் படத்தில் இல்லை. வசனம் எழுத ஒப்பந்தமானவர் புதுமைப்பித்தன். படத்தில் பாகவதருக்கு

ஜோடியாக நடித்தது வி.என். ஜானகி. படத்தில் இன்னொரு ஹீரோவாக நடித்தவர்தான் எம்.ஜி.ஆர்.

தெலுங்கில் சொர்க்க சீமாவின் வெற்றிக்குப் பிறகு பானுமதியைத் தமிழில் நடிக்க அழைத்தார்கள். ரத்னகுமார் என்ற படத்தில் பி.யூ. சின்னப்பாவின் காதலியாக பானுமதி நடிக்க ஆரம்பித்தார். இன் னொரு பக்கம் டி.ஆர். மகாலிங்கத்துடன், 'புலந்திரன்' படத்தில் நடித்துக் கொண்டிருந்தார்.

சின்னப்பாவின் படம் வெளிவருவதற்கு முன்னால் பானுமதியை நடிக்க வைத்துவிட வேண்டும் என்று பாகவதர் ஆசைப்பட்டார். பானுமதிக்காக இரண்டு ஸ்பெஷல் நடனங்கள் படத்தில் சேர்க்கப் பட்டன. ராஜமுக்தி எப்படியாவது சீக்கிரமாக வெளிவரவேண்டும் என்று படப்பிடிப்பை அவசர அவசரமாக நடத்திக்கொண்டிருந்தார் பாகவதர்.

பானுமதி போலவே பி.எஸ். வீரப்பாவுக்கும் ராஜமுக்திதான் முதல் படம். 1940-லேயே கே.பி.சுந்தராம்பாள் நடித்த மணிமேகலையில் நடித்திருந்தாலும், எல்லோரும் கவனிக்கும்படியாக பி.எஸ். வீரப்பா வந்துபோனது ராஜமுக்தியில்தான்.

படத்தை எடுத்து முடிப்பதற்குள் பாகவதருக்கு நிறைய சிரமங்கள். ஏகப்பட்ட குறுக்கீடுகள். படத்தோடு சம்பந்தப்பட்ட கலைஞர் களுக்கு இந்தி தெரியாது. படத்தின் தொழில்நுட்ப கலைஞர்களுக்கோ தமிழ் தெரியாது. இரு தரப்புக்கும் பாஷை தெரியாமல் ஏகப்பட்ட குழப்பங்கள்.

படப்பிடிப்பு நடந்து கொண்டிருந்தபோதுதான் டில்லியில் மகாத்மா காந்தி படுகொலை செய்யப்பட்டார். கொலையாளி கோட்சே, புனேவைச் சேர்ந்தவர் என்பதால் நகரத்தில் கலவரம் மூண்டது. பல வாரங்கள் யாரும் ஸ்டுடியோவை விட்டு வெளியே செல்ல முடியவில்லை.

இடையில் படத்தின் வசனகர்த்தாவான புதுமைப்பித்தனுக்கு காசநோய் முற்றியது. மூச்சு விடவே சிரமப்பட்ட புதுமைப்பித்தனை, அவர் குடும்பம் வசித்து வந்த திருவனந்தபுரத்துக்கு ரயிலில் அனுப்பி வைத்தார்கள். அவர் வசனம் எழுதிய முதலும் கடைசி யுமான படம் இதுதான். இவ்வளவு பிரச்னைகளுக்கு நடுவிலும் பாகவதர், ஒரு திருமண நிச்சயதார்த்தத்தை நடத்தி வைத்தார். அந்த ஜோடி எம்.ஜி.ஆர்-வி.என். ஜானகி.

இரண்டு பேருக்கும் இடையே இருந்த காதல், ராஜமுக்தி படப் பிடிப்பின்போது வெளியே தெரிந்துவிட்டது. பாகவதரைச் சந்தித்த இருவரும் திருமணம் செய்து கொள்ளப்போவதாகச் சொன்னார்கள். பாகவதரே மற்ற ஏற்பாடுகளை கவனித்துக்கொண்டார்.

அன்றைக்கே படப்பிடிப்புக் குழுவினரை அழைத்து டீ பார்ட்டி வைத்த பாகவதர், இரண்டு மாலைகளைக் கொடுத்து எம்.ஜி.ஆரை யும் ஜானகியையும் மாலை மாற்றிக்கொள்ள வைத்தார்.

மகாத்மா காந்தி படுகொலை நடந்த போது காந்தியைப் புகழ்ந்து பாகவதர் ஒரு இசைத்தட்டு வெளியிட்டார். அது நிறைய விற்பனை ரகி சாதனை படைத்தது. காந்தியைப் போல ஒரு சாந்த சொரூபனை, கைம்மாறு செய்வது உண்டோ என்பன போன்ற பாடல்கள், பாகவதர் திரும்பவும் வந்துவிட்டதாக இசையுலகில் பரபரப்பை உண்டாக்கின. அந்த இசைத்தட்டின் வெற்றி, ராஜமுக்தி படத்துக்கு நல்ல விளம்பரமாகிப் போனது.

ராஜமுக்தி வெளியானது (1948, செப்டெம்பர்). ஹரிதாஸின் இமாலய வெற்றிக்கு பின்னர் வெளியாகும் பாகவதரின் படம். பாகவதர் சிறை சென்று திரும்பி வந்த பின்னர் வெளியாகும் படம் என்று எதிர்பார்ப்புக்கு எந்தவிதக் குறைச்சலுமில்லை. ஆனால் படமோ படுதோல்வி.

சிறையிலிருந்து திரும்பி வந்த பாகவதரை வெள்ளித்திரையில் பார்ப் பதற்காகவாது ஒரு கூட்டம் வரும் என்று எதிர்பார்த்தார்கள். எதுவும் நடக்கவில்லை. சரிந்து கிடந்த தனது இமேஜை சரிப்படுத்தும் என்று நினைத்த ராஜமுக்தியால் பாகவதருக்கு பெருத்த நஷ்டமும் அவ மானமும்தான் கிடைத்தன. அடுத்து வந்த மூன்று வருடங்களுக்குப் பாகவதர் முடங்கிப் போனார். ராஜமுக்தியின் இழப்பைச் சரி செய்யவே ஏகத்தும் கஷ்டப்படவேண்டியிருந்தது.

அமரகவி. படத்தில் தொடக்க விழா பூஜையை பெரிய அளவில் நடத்தி, நம்பிக்கையோடு மீண்டும் பாகவதர் களமிறங்கினார். பாகவதரை சிறையிலிருந்து மீட்ட வழக்கறிஞர் எத்திராஜ்தான் விழாவின் தலைமை விருந்தினர்.

வழக்கு நடத்த பணம் வாங்கமாட்டேன் என்று சொன்னவர் அவர். பாகவதர்தான் வற்புறுத்திப் பணம் கொடுத்தார். அமரகவி பூஜைக்கு வந்திருந்தவருக்கு நூறு பவுனில் தங்கத்தட்டு ஒன்றையும் பரிசாக கொடுத்து ஆச்சரியப்படுத்தினார் பாகவதர்.

ராஜமுக்தியில் காணாமல் போயிருந்த கூட்டணி அமரகவியில் மீண்டும் வந்திருந்தது. டி.ஆர். ராஜகுமாரி, என்.எஸ். கிருஷ்ணன், டி.ஏ.மதுரம் என்று எல்லோரும் இருந்தார்கள். படத்துக்கு வசனம் எழுதியதோடு, பாடல்களையும் எழுதியிருந்தார் சுரதா. சின்னப் பையனாக இருக்கிறாரோ என்று மற்றவர்கள் தயங்கியபோது சுரதா மீது நம்பிக்கை வைத்து பாகவதர்தான் வாய்ப்புக் கொடுத்தார்.

1952 பிப்ரவரியில் அமரகவி வெளியானது. பாகவதர் பாடிய பாடல்கள் அனைத்தும் ஹிட். ஆனாலும் படம் எதிர்பார்த்த அளவுக்கு ஓடவில்லை. ராஜமுக்திக்கு பதிலாக அமரகவி வெளியாகி யிருந்தால் நன்றாக ஓடியிருக்கும் என்றெல்லாம் காரணம் சொன் னார்கள். ஆனால் உண்மையான காரணம், மக்களின் ரசனை மாறிப்போயிருந்ததுதான்.

படத்தில் நடிப்பவருக்குப் பாடத் தெரிய வேண்டிய அவசியமில்லை என்று தமிழ் சினிமாவில் விதியை மாற்றி எழுதியிருந்தார்கள். பாடகர்கள் ரெகார்டிங் தியேட்டரில் பாடி ஒலிப்பதிவான பாடல் களுக்கு, ஸ்டுடியோவில் கதாநாயகர்கள் வாயசைத்துக் கொண்டிருந் தார்கள்.

பத்து நிமிடங்களுக்கொரு ஒரு பாடல் என படம் முழுக்க மூன்று டஜன் பாடல்கள் இடம்பெற்ற காலமெல்லாம் காலாவதியாகி யிருந்தது. மக்கள் சமூகப் படங்களை, கதாநாயகன் வீர சாகஸங்கள் செய்யும் படங்களை விரும்ப ஆரம்பித்திருந்தார்கள்.

இன்னொரு பக்கம் வசனங்கள் மூலம் தமிழ் சினிமாவில் புரட்சியே ஏற்பட்டிருந்தது. கதாநாயகன் பக்கம், பக்கமாக வீர வசனம் பேசி, கிளைமாக்ஸில் பொங்கியெழுந்து சண்டை போடுவதை மக்கள் ரசித்தார்கள். வெறும் ராஜா ராணி கதை, பக்திப் படங்களெல்லாம் ஓரங்கட்டப்பட்டிருந்தன.

பாகவதரைப் போலவே பாடி நடிக்கவும் ஒரு ஹீரோ உருவாகி இருந்தார். டி.ஆர். மகாலிங்கம். ஸ்ரீவள்ளிக்குப் பின்னர் டி.ஆர். மகாலிங்கத்தின் மார்க்கெட் உச்சத்தில் இருந்தது. ஆனால் பாக வதரால் தன் ஃபார்முலாவை மாற்றிக் கொள்ள முடியவில்லை. அதிலேயே பிடிவாதமாக இருந்தார்.

வெகுஜன மக்களின் ரசனைக்கு மதிப்பு கொடுத்து நல்ல டைரக்டர், நல்ல கதையில் நடித்திருந்தால் பாகவதர் சரிவிலிருந்து தப்பி யிருப்பார் என்று பத்திரிகைகள் எழுதின.

அமரகவியைத் தொடர்ந்து, பாகவதரின் நடிப்பில் சியாமளா வெளியானது. பாகவதருக்கு ஜோடியாக, அப்போது முன்னணி நடிகையாக இருந்த எஸ். வரலட்சுமி நடித்திருந்தார். தெலுங்கில் எடுத்திருந்த படத்தை ஒரு சில காட்சிகளில் மட்டும் பாகவதரை நடிக்க வைத்து தமிழில் வெளியிட்டதால், ரசிகர்களுக்கு டப்பிங் படம் பார்ப்பது போல் இருந்தது. படம் மண்ணைக் கவ்வியது. பாகவதர் அடிக்கடி கச்சேரிகளில் பாடும் 'ராஜன் மகராஜன்' பாடல் மட்டும்தான் படத்தின் ஹைலைட்.

பாட்டு, நடனத்தை வெறுக்கும் ஒரு இளவரசியை பாகவதர் தன்னுடைய பாட்டினால் மயக்கி, திருத்துவதுதான் கதை. படத்தில் பாகவதரைவிட வரலட்சுமிக்குத்தான் அதிகமான காட்சியமைப்புகள். முதல் முதலாக பாகவதர் மீசை வைத்து நடித்த படம் என்பதை விட, சொல்வதற்கு ஒன்றுமில்லை.

சினிமா என்பது பொழுதுபோக்கு சாதனம் என்கிற புரிதல் மக்களுக்கு வந்துவிட்டது. ஒரு பக்கம் ஓர் இரவு, வேலைக்காரி போன்ற சமூகப்படங்கள். இன்னொரு பக்கம் மந்திரி குமாரி, மலைக்கள்ளன் போன்ற ராபின் ஹீட் ஸ்டைல் படங்கள்.

திராவிட முன்னேற்றக் கழகம் தோன்றியதன் தாக்கம் சினிமாவுலகிலும் இருந்தது. தியேட்டர் வாசலில் தி.மு.க. கொடிகளும் பறந்தன. புராணப்படங்கள் படிப்படியாக குறைந்துபோய் பல படங்களில் நாத்திக நெடி வர ஆரம்பித்தது.

பாகவதரும் தன்னை மாற்றிக்கொண்டு, சொந்தமாக ஒரு சமூகப் படம் எடுக்க ஆரம்பித்தார். அவரே படத்தை இயக்கவும் செய்தார். படத்தின் பெயர் புதுவாழ்வு. தன்னுடைய சினிமா வாழ்க்கைக்கு நிஜமாகவே ஒரு புது வாழ்க்கையைத் தேடித்தரும் என்று நம்பினார்.

என்.எஸ். கிருஷ்ணன், டி.ஏ. மதுரம், டி.எஸ். பாலையா, லலிதா, கே.ஏ. தங்கவேலு என பெரிய நட்சத்திரக் கூட்டம் படத்தில் இருந்தது. ஆனால் படப்பிடிப்பை தொடர முடியாத அளவுக்கு பாகவதருக்குக் கடுமையான பண நெருக்கடி.

படத்துக்கு இளங்கோவன், சுரதா, ஏ.கே. வேலன் என நிறைய பேர் வசனம் எழுதியும் பாகவதருக்குத் திருப்தி வரவில்லை. நிறைய பேருக்கு படத்தில் நடிக்க சம்பளம் கொடுக்க முடியாத அளவுக்கு பணமுடை. ஆனாலும் பாகவதர் தன் கஷ்டத்தை வெளிக்காட்டிக் கொள்ளவில்லை.

இது போன்ற கஷ்டமான நிலையிலும் தனக்கு உதவி செய்தவர்களை பாகவதர் மறந்ததில்லை. ஒருமுறை உடுமலைப்பேட்டைக்கு கச்சேரி செய்ய வந்திருந்தார். கச்சேரி முடிந்ததும் ஊர்ப்பெரியவர் ஒரு தட்டில் ஆயிரம் ரூபாயை வைத்து பாகவதருக்குக் காணிக்கை யாகக் கொடுத்தார். அப்போது பாகவதருக்கு இருந்த பணக்கஷ்டத்தில் அந்த ஆயிரம் ரூபாய் அவசியத் தேவைதான். ஆனால் பாகவதர் அதை ஏற்றுக்கொள்ளவில்லை.

'சின்ன வயதில் உங்களைத் தேடி வந்து பாட்டு பாடியபோது, என்னை அலட்சியப்படுத்தாமல், தட்டிக்கொடுத்து பத்து ரூபாய் கொடுத்தீர்கள். அந்தப் பத்து ரூபாய்தான் என்னை ஆளாக்கியது. மேற்கொண்டு ஆர்வத்தோடு பாட வைத்தது. அதற்கு நன்றி சொல்லத்ததான் கச்சேரி செய்ய இங்கே வந்தேன்' என்றார் பாகவதர்.

நல்ல காரியத்துக்காக கச்சேரிகள் நடந்தால் பாகவதர் அதற்காகப் பணம் பெற்றதில்லை. எந்தச் சூழ்நிலையிலும். நல்ல வசூல் கிடைத்ததாக கச்சேரிக்கு ஏற்பாடு செய்தவர்களே தேடி வந்து கொடுத்தாலும் வாங்க மறுத்துவிடுவார்.

பாகவதருக்கு ஒரு தீவிர முஸ்லீம் ரசிகர் இருந்தார். தன்னுடைய இரண்டு மகன்கள் மீதும் கோபப்பட்டு தன்னுடைய சொத்தை/ யெல்லாம் பாகவதர் பேரில் எழுதி வைத்துவிட்டு இறந்துவிட்டார் அந்த ரசிகர். ஆனால் பாகவதர், அந்த ரசிகரின் இரண்டு மகன் களையும் கூப்பிட்டு சொத்தையெல்லாம் சரிசமாகப் பகிர்ந்து கொடுத்தார்.

பாகவதர் படும் கஷ்டத்தைப் பார்த்து நிறைய பேர் உதவ முன்வந்தார்கள். பாகவதருக்கு படத்தில் நடிக்க வாய்ப்பு வந்து கொண்டுதான் இருந்தது. அந்தச் சமயத்தில் ஒரு வாய்ப்பை 'முடியவே முடியாது' என்று தீர்க்கமாக மறுத்தார். அது...

19. அமரகவி!

அமரகவி!

சிவாஜி கணேசன் கதாநாயகனாக நடிக்க மீண்டும் 'அம்பிகாபதி' படம் தயாரானது.

கம்பர் கதாபாத்திரத்தில் நடிக்க பாகவதரைக் கேட்டுக் கொண்டார்கள். அம்பிகாபதியாகவே நடித்துவிட்டு, இப்போது அம்பிகாபதியின் அப்பாவாக நடிப்பதை பாகவதர் விரும்பவில்லை. சிவாஜியை விட பத்தாயிரம் ரூபாய் கூடுதலாக சம்பளம் தருவதாகவும் சொல்லிப் பார்த்தார்கள். வேண்டவே வேண்டாம் என்று நடிக்க மறுத்துவிட்டார்.

சிவாஜிக்கு அப்பாவாக நடிக்க பாகவதர் மறுத்துவிட்டார் என்று செய்தி பரவியது.

'சிவாஜிக்கு அப்பாவாக நடிப்பதில் எனக்கு எந்தப் பிரச்னையுமில்லை. அம்பிகாபதியின் அப்பாவாக மட்டும் என்னால் நடிக்க முடியாது. நடித்தால் மக்களும் ஏற்றுக்கொள்ளமாட்டார்கள்' என்று சொன்னார் பாகவதர்.

அம்பிகாபதியாக சிவாஜி கணேசனை மக்களும் ஏற்கவில்லை. புதிய அம்பிகாபதி பற்றி என்.எஸ். கிருஷ்ணனிடம் கருத்து கேட்டார்கள். 'அந்த அம்பிகாபதி பாகவதரோட பாட்டுக்காகவும் டங்கனோட ஷாட்டுக்காகவுமே ஒரு வருஷத்துக்கு மேல ஓடுச்சு! ஆனா இந்த அம்பிகாபதி பத்தி சொல்றதுக்கு என்ன இருக்குது?'

வதந்தியை மறுப்பதற்காகவே, 'பாக்கிய சக்கரம்' என்று பெயரிட்டு பாகவதர் சொந்தப்படம் ஆரம்பித்தார். அப்பாவாக பாகவதர். மகனாக சிவாஜி கணேசன். பூஜைக்கு முன்பாகவே படத்துக்கு ஏகப்பட்ட எதிர்பார்ப்பு. ஆனால் ஒருநாள் கூட படப்பிடிப்பு நடத்த முடியவில்லை. காரணம், சிவாஜியின் கால்ஷீட் கிடைக்கவில்லை. அதே கதையைத்தான் பின்னாளில் 'சிவகாமி' என்ற பெயரில் படமாக்கினார்கள்.

தமிழ்நாட்டில் சினிமா பிரபலங்கள் அரசியலுக்கு வராமல் இருந்தால்தான் ஆச்சர்யம். அரசியல் விஷயத்திலும் பாகவதர் மக்களை ஆச்சரியப்பட வைத்தார். பெரியார், ராஜாஜி, காமராஜர், அண்ணா என பலரோடும் தொடர்பில் இருந்தாலும் அரசியல் ரீதியாக ஒதுங்கியே இருந்தார். அதற்கு பாகவதர் சொன்ன காரணம், 'எனக்கு அரசியல் தெரியாது. பாட மட்டுமே தெரியும்.'

1957 பொதுத் தேர்தல். பிரசாரம் ஆரம்பமாவதற்கு முன்னர் தமிழ்நாட்டில் சுற்றுப்பயணம் வந்திருந்த பிரதமர் நேரு, திருச்சிக்கும் வந்திருந்தார். அப்போது முதல்வராக இருந்த காமராஜரும் நேருவுடன் வந்திருந்தார்.

கன்டோண்மெண்ட் பகுதி வழியாக நேருவின் கார் ஊர்வலமாகச் சென்றது. தன் பங்களாவுக்கு முன்னர் கார் வந்தபோது பேண்டு வாத்தியம் முழங்க, பாகவதர் நேருவுக்கு மாலை அணிவித்து மரியாதை செய்தார். பாகவதரின் பங்களாவைச் சுற்றி ஏகப்பட்ட மக்கள் கூட்டம்.

காமராஜர்தான் பாகவதரை நேருவுக்கு அறிமுகம் செய்து வைத்தார். பாகவதரைப் பார்க்க மக்கள் கூடிய கூட்டம் நேருவின் கவனத்துக்கு வந்தது. திருச்சி தொகுதியில் பாகவதரை நிறுத்தலாமே என்று காமராஜரிடம் ஆலோசனை சொல்லிவிட்டு நேரு போய்விட்டார். காமராஜரோ, நேருவே சொல்லிவிட்டார் என்று பாகவதரைப் போட்டியிடும்படி கேட்டுக் கொண்டார். ஆனால் பாகவதர் மறுத்து விட்டார்.

தேர்தலுக்கான ஏற்பாடுகள் தமிழ்நாட்டில் சுறுசுறுப்பாக இருந்த நேரம். அரசியல் காற்று காங்கிரஸ் பக்கம்தான். காங்கிரஸ் கட்சி கட்டாயம் வெற்றிபெறும் என்கிற நிலைமை இருந்தது. பொதுத் தேர்தலில் கலந்துகொள்ளலாமா, வேண்டாமா என்பது காங்கிரஸின் பிரதான எதிர்க்கட்சியான தி.மு.க.வுக்கே குழப்பமாக இருந்தது. இதற்காகவே அண்ணா, ஒரு மினி சர்வே எடுத்துக்கொண்டிருந்தார்.

பாகவதர் சரியென்று ஒப்புக்கொண்டால் சீட் தருவதற்கு காமராஜர் தயாராக இருந்தார். ஒருவேளை தேர்தலில் நின்றிருந்தால் எம்.கே.டி. பாகவதர் எம்.பி. ஆகியிருக்கலாம்.

சினிமாவுலகத்திலிருந்து நிறைய தலைவர்களை அரசியலுக்கு கொண்டு வந்த தி.மு.க.வும் பாகவதரையும் அரசியலுக்கு அழைக்க மறக்கவில்லை. அண்ணாவுக்கும் பாகவதருக்கும் நல்ல நட்பு இருந்து வந்தது.

அண்ணா கதை, வசனம் எழுத, 'சொர்க்கவாசல்' என்றொரு படத்தில் நடிக்க பாகவதரைக் கேட்டார்கள். பாகவதரை மனத்தில் கொண்டுதான் அண்ணா எழுதியிருந்தார். காலம் காலமாக சமூகத்தில் இருந்து வரும் பழமையையும் போலிச் சாமியார்களையும் சர்வாதிகாரத்தையும் எதிர்த்துப் போராடும் ஒரு புரட்சிக்கவியின் கதை. பாகவதர் நடித்தால் பொருத்தமாக இருக்கும் என்று அண்ணா நினைத்தார்.

கிட்டத்தட்ட முப்பது வருடங்கள் நாடக மேடையிலும் சினிமாவிலும் ஆத்திகனாகவே நடித்துவிட்டு, திடீரென்று நாத்திகனாக நடிக்க இஷ்டமில்லை என்பதால் வெளிப்படையாகவே முடியாது என்று மறுத்துவிட்டார் பாகவதர்.

மறுபடியும் ஸ்பெஷல் நாடகங்களில் பாகவதர் நடிக்க ஆரம்பித்தார். சினிமாவுலகில் மட்டுமல்லாமல் நாடக உலகத்திலும் நிறைய மாற்றங்கள் ஏற்பட்டிருந்தன. அங்கேயும் புராண நாடகங்களை ஓரங்கட்டியிருந்தார்கள்.

பாகவதரோ முப்பது வருஷங்களுக்கு முந்தைய பவளக்கொடி, ஹரிதாஸ் நாடகங்களை மீண்டும் அரங்கேற்றிக் கொண்டிருந்தார். நீண்ட இடைவெளிக்குப் பின்னர் பாகவதருடன் ஜோடியாக எஸ்.டி. சுப்புலட்சுமி நடித்துக்கொண்டிருந்தார்.

அப்போது சென்னை தியாகராய நகரில் யோகாம்பாள் தெருவிலிருந்த நடிகர் கே.ஏ.தங்கவேலுவின் வீட்டில்தான் பாகவதர் வாடகைக்குக்

குடியிருந்தார். வாடகை கொடுக்க முடியாமல் காலி செய்துவிட்டு திருச்சிக்கே வந்துவிட்டார். வயோதிகம். பாகவதரின் பற்கள் விழுந்தன. அந்த வெண்குலக் குரல் உடைந்து போனது. பாகவதர் தனது சாரீரத்தையே தொலைத்திருந்தார்.

சினிமாவுலகைத் தொடர்ந்து அடுத்தடுத்து இசையுலகமும் நாடக உலகமும் பாகவதரை மறக்க ஆரம்பித்திருந்தன. ஏற்கெனவே ஏகப்பட்ட பொருளாதார நெருக்கடியில் இருந்த பாகவதருக்கு உடல்நிலையும் ரொம்பவே பாதிக்கப்பட்டது.

சர்க்கரை நோய் பற்றிய போதிய விழிப்புணர்வு இல்லாத காலம் அது. பாகவதரிடமிருந்த சர்க்கரை நோயின் தீவிரம் அதிகமாகி அது கண் பார்வையை பாதித்தது. சென்னையிலிருந்து நேராக சமயபுரம் வந்தவர், மாரியம்மனை தரிசித்துவிட்டு அங்கேயே நாற்பத்தைந்து நாள்கள் தங்கிவிட்டார்.

சினிமாவுலகம் பாகவதரின் நிலையைப் பார்த்து பரிதாபப்பட்டு பாராட்டு விழா நடத்த ஏற்பாடு செய்தார்கள். பாகவதரோ எல்லா வற்றையும் மறுத்துவிட்டு சமயபுரம் மாரியம்மன் கோயிலிலிருந்து கிளம்பி தஞ்சாவூர் மாரியம்மன் கோயிலுக்குச் சென்றுவிட்டார். நடிகர் எஸ்.எஸ். ராஜேந்திரன் எவ்வளவோ சொல்லியும் கேட்காமல் சென்னை திரும்ப மறுத்துவிட்டார்.

சிவகாமி என்றொரு படம் தயாரித்தார். அதன் படப்பிடிப்பு சேலத்தில் நடந்தது. கண்கள் சரி வரத் தெரியாததால் அதற்கேற்ப படத்தில் நிறைய மாற்றங்கள். பாலில் விஷம் கலந்தது தெரியாமல் அதை குடிக்கும் பாகவதர், கண்பார்வை இழந்துவிடுவது போல திரைக்கதையை மாற்றினார்கள். பாகவதரும் கருப்புக் கண்ணாடி அணிந்து நடித்தார். பாகவதரால் சொந்தக்குரலில் பாட முடியாமல் போகவே, அவருக்குப் பதிலாக டி.எம்.சௌந்திரராஜன் பாடியதுதான் மிகப்பெரிய சோகம்.

1959 அக்டோபர் 31. பொள்ளாச்சியில் ஒரு கச்சேரி. முடித்துவிட்டு பாகவதர் கிளம்பிக் கொண்டிருந்த நேரத்தில் அவரைச் சந்திக்க வந்தார் ஒரு சாமியார். பாகவதரின் நோய்களைத் தீர்ப்பதாகச் சில வைத்திய முறைகளைச் சொன்னார். சாமியார் சொன்னபடி ரசம் செய்து குடித்த பாகவதருக்குக் கடும் வயிற்று வலி ஆரம்பமானது.. ஃபுட் பாய்ஸன்.

கார் மூலம் பாகவதரை சென்னைக்கு அழைத்து வந்தவர்கள். மறுநாள் காலை பத்து மணிக்கு பூந்தமல்லியில் இருந்த ஒரு

ஜெ. ராம்கி

கிளினிக்கில் சிகிச்சைக்காகச் சேர்த்தார்கள். பின்னர் பாகவதரை சென்னை அரசுப் பொது மருத்துவமனைக்கு அழைத்து வந்து விட்டார்கள்.

அன்று மதியம் உடல்நிலை மிகவும் மோசமாகவே, பாகவதரை அவசரப் பிரிவில் அனுமதித்தார்கள். அன்று இருட்டுவதற்குள் பாகவதரின் ஒளி அணைந்து போனது.

'பிரபல திரைப்பட நடிகர் எம்.கே. தியாகராஜ பாகவதர் சென்னை பொது மருத்துவமனையில் மரணமடைந்தார்' என்று ரேடியோ ஒலித்துக் கொண்டிருந்தது.

சினிமாக்காரர்கள், பாகவதர் மருத்துவமனையில் அனுமதிக்கப் பட்டிருக்கிறார் என்ற செய்தி தெரிந்தும், சென்று பார்க்கவில்லை. அவர் இறந்த செய்தி கேள்விப்பட்ட பின்புகூட, மருத்துவமனைக்கு அஞ்சலி செலுத்த ஓடவில்லை.

பாகவதரின் உடலைச் சுமந்து கொண்டு தாம்பரம் தாண்டி, திருச்சியை நோக்கி கார் விரைந்து கொண்டிருந்தது. இடையில் கார் மறிக்கப்பட்டது. சில சினிமா நட்சத்திரங்கள் மட்டும், வாகனங்களில் வந்திருந்தனர். நடுவழியிலேயே பாகவதரின் உடலுக்கு அஞ்சலி செலுத்தினர்.

'பிரம்ம ஸ்ரீ மு. கிருஷ்ணமூர்த்தி ஆசாரியின் குமாரர் சினிமா நடிகர் கந்தர்வ கான ரத்ன சப்த ஸ்வர விசாரத ஏழிசை மன்னர் பிரம்ம ஸ்ரீ எம்.கே. தியாகராஜ பாகவதர் அவர்கள் 1.11.1959 ஞாயிற்றுக்கிழமை மாலை ஆறு மணிக்கு சென்னை ஜெனரல் ஆஸ்பத்திரியில் சிவலோக பதவி அடைந்தார்கள். அன்னாரது பூத உடல் இந்த இடத்தில் 2.11.1959 திங்கள்கிழமை நல்லடக்கம் செய்யப்பட்டது.'

சுற்றிலும் முள்கொடி செடிகள் சூழ, திருச்சி சங்கிலியாண்டபுரத்தில் இருக்கும் பாகவதர் சமாதியின் கல்வெட்டில் காணப்படும் வாசகங்கள் இவை.

சினிமாதான் பாகவதரை புகழின் உச்சிக்கு கொண்டு சென்றது. சாப்பாட்டுக்கே வழியின்றி இருந்த பாகவதரை தங்கத்தட்டில் சாப்பிட வைத்ததும் சினிமாதான். அதே சினிமாவால்தான் பாகவதரின் வாழ்க்கையும் படுபாதாளத்தில் வீழ்ந்தது.

பாகவதரின் இறுதி நாள்களில் நடந்த நிகழ்ச்சி இது. பள்ளிக்கூட நிதி சேர்ப்பதற்காக புரசைவாக்கத்தில் பாகவதரின் ஸ்பெஷல் கச்சேரி ஏற்பாடு செய்யப்பட்டிருந்தது. கச்சேரி கேட்க நல்ல

கூட்டம். ஏகப்பட்ட தொகை வசூலானது. பாகவதரைப் பாராட்டிய பள்ளி நிர்வாகம், ஒரு வெள்ளித்தட்டை பரிசாக கொடுத்தார்கள். பாகவதரோ வாங்க மறுத்துவிட்டார்.

'வாழ்க்கையில் தங்கமும், வெள்ளியும் நிறைய பார்த்துட்டேன். நான் சினிமாவில் நடித்துச் சேர்த்த பணமெல்லாம் ஜெயிலுக்கு போனதும் என்னைவிட்டுப் போயே விட்டது. எதுவும் நம் கையில் தங்காது என்பதை அனுபவப்பூர்வமாக பார்த்துவிட்டேன். எனக்கு எதுவும் வேண்டாம் உங்கள் அன்பே போதும்.'

★ ★ ★

பின்னிணைப்பு

பாகவதர் நடித்த படங்கள்

1934	பவளக்கொடி
1935	சாரங்கதாரா
1936	சத்தியசீலன்
1937	சிந்தாமணி
1937	அம்பிகாபதி
1939	திருநீலகண்டர்
1941	அசோக்குமார்
1943	சிவகவி
1944	ஹரிதாஸ்
1948	ராஜமுக்தி
1952	அமரகவி
1952	சியாமளா
1957	புதுவாழ்வு
1959	சிவகாமி

பாகவதர் நடித்து பாதியில் நின்றுபோன/வெளிவராத படங்கள்

வசந்தசேனா
ஸ்ரீவள்ளி
ராஜயோகி

உதவிய நூல்கள்:

எனது நாடக வாழ்க்கை - அவ்வை தி.க. சண்முகம்

தமிழ் சினிமாவின் கதை - அறந்தை நாராயணன்

சுதந்தரப் போரில் தமிழ் சினிமா - அறந்தை நாராயணன்

எம்.கே தியாகராஜ பாகவதர் : திரையும் வாழ்வும் - விந்தன்

சிரிப்பு டாக்டர் என்.எஸ். கிருஷ்ணன் - முத்துராமன்

பாம்பின் கண்: தமிழ் சினிமா ஓர் அறிமுகம் - தியடோர் பாஸ்கரன்

★ ★ ★